D1680166

மால்கம்

இயற்பெயர் குதுப். சுருக்கமாகக் காஜா குதுப்தீன். இராமநாதபுரம் மாவட்டம், நம்புதாளை என்ற கடற்கரை கிராமம் சொந்த ஊர். பொறியியல் பட்டயப் படிப்பு முடித்துவிட்டு, பதிப்பகம், ஊடகம் என எழுத்துத் துறையில் 15 ஆண்டுகளுக்கும் மேலாகப் பயணித்து வருகிறார். இயற்பெயரில், ***என் புரட்சி*** (Bio Fiction) என்ற அமெரிக்க கறுப்பின போராளி மால்கம் X பற்றிய விரிவான ஆய்வு நூல், ***மால்கம் X – அறிமுகமும் அரசியலும்*** என்ற அறிமுக நூல், ***மால்கம் X பார்வையில் அரசியல் இஸ்லாம்*** ஆகிய நூல்களையும் மால்கம் என்ற புனைப்பெயரில் ***கல்லறையை உள்ளிருந்து திறக்க முடியாது*** சிறுகதைத் தொகுப்பையும் ***பகைநன்று*** குறுநாவலையும் எழுதியிருக்கிறார். புனைவுகள், கட்டுரைகள், நூல் விமர்சனங்கள் எழுதி வருகிறார்.

கதையின் தலைப்பை யூகித்துக் கொள்ளுங்கள்

மால்கம்

எதிர் வெளியீடு

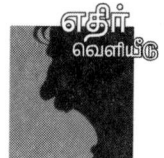

கதையின் தலைப்பை யூகித்துக் கொள்ளுங்கள்
மால்கம்
© S. காஜா குதுப்தீன்

முதல் பதிப்பு: ஜனவரி 2025
எதிர் வெளியீடு,
96, நியூ ஸ்கீம் ரோடு, பொள்ளாச்சி - 642002.
தொலைபேசி: 04259 - 226012, 99425 11302.

வடிவமைப்பு: பா. ஜீவமணி

விலை: ரூ. 200

kataiyiṉ talaippai yūkittuk koḷḷuṅkaḷ

Malcom
© S. Kaja Qutubdeen

First Edition: January 2025
Published by
Ethir Veliyeedu, 96, New Scheme Road, Pollachi - 2.
email: ethirveliyedu@gmail.com
www.ethirveliyeedu.com

Layout: B. Jeevamani

Price: ₹ 200
ISBN: 978-93-48598-98-1

Printed by: Jothy Enterprises, Chennai.

All rights reserved. No part of this book may be reprinted or reproduced or utilised in any form or by any electronic, mechanical or other means, now known or hereafter invented, including Photocopying and recording, or in any information storage or retrieval system, without permission in writing from the Publisher.

இயக்குநர்
சீனு ராமசாமி அண்ணன்
அவர்களுக்கு...

உள்ளே...

- புனைவு என்றொரு புனைவு – மால்கம் 9
- ஜனநாயகத்தின் நான்காம் தூணில் உள்ள ஐந்தாம் படைகளின் கதைகள் – ஆதவன் தீட்சண்யா 11

1. கிரிக்கெட் நம்பியார் 15
2. கதையின் தலைப்பை யூகித்துக் கொள்ளுங்கள் 28
3. FiCoFE 41
4. டிரெண்டிங் இளைஞரின் கதை 64
5. ஊழி பெயரினும் 86
6. தத்தகாரம் 101
7. தண்டம் 120
8. சைவக் கொலை 138

நன்றி

ஆனந்த விகடன்

குமுதம்

உயிர்மை

வாசகசாலை இணைய இதழ்

நடுகல் இணைய இதழ்

முன்னுரை

புனைவு என்றொரு புனைவு

புனைவு என்ற சொல்லைக் 'கற்பனை' என்ற பொருளில் பயன்படுத்துகிறோம். 'உண்மை இல்லை' என்பதைச் சொல்ல வரும்போது, புனைவு என்ற சொல்லைப் பயன்படுத்தி அதை உணர்த்திவிடுவதாக நம்புகிறோம். இந்த நம்பிக்கை நம்மை நாமே ஏமாற்றிக் கொள்ள உருவாக்கிக் கொண்ட ஓர் யுக்தியோ என நினைக்கத் தோன்றுகிறது.

இலக்கியங்களில் புனைவுதான் உண்மைக்கு மிக நெருக்கமாக இருக்கிறது என்பதே எதார்த்தம். அழுத்திச் சொல்வதென்றால் புனைவு என்பது உண்மையின் இன்னொரு வடிவம். அதனாலேயே புனைவுகளை வரலாற்று ஆதாரமாக எடுத்தாளும் போக்கும் உள்ளது.

சர்ச்சைகளில் சிக்கிக் கொள்ளாமல், வம்பு வழக்குகளைத் தவிர்க்க நபர்களின், இடங்களின் பெயர்களை மாற்றி எழுதுகிறோமே தவிர, உண்மையை அப்படிக்கப்படியே எழுதிவிடுகிறோம்; எழுதிய பின் அதை புனைவு எனச் சொல்லிவிட்டு, உண்மையின் நம்பகத்தன்மையைப் புனைவு என்ற சொல்லின் மீது போட்டுத் தப்பித்துக் கொள்கிறோம்.

இந்தத் தொகுப்பில் உள்ள எட்டு கதைகளையும் இந்த வகையிலே உண்மையைப் புனைவாக வனைந்திருக்கிறேன்.

இந்தத் தொகுப்புக்கு - அணிந்துரை வழியாக - ஒரு சட்டகத்தை அமைத்துக் கொடுத்த தோழர் ஆதவன் தீட்சண்யா அவர்களுக்கு அன்பும் நன்றியும். நூலை அழகுற வெளியிட்டிருக்கும் எதிர் வெளியீட்டிற்கும் நன்றி.

வாசகர்களிடமிருந்து ஆக்கப்பூர்வமான ஆலோசனைகளையும் அறிவுப்பூர்வமான விமர்சனங்களையும் எதிர்பார்க்கிறேன்.

டிசம்பர் 1, 2024

மால்கம்
writerqutub@gmail.com
+91 95000 75795

அணிந்துரை

ஜனநாயகத்தின் நான்காம் தூணில் உள்ள ஐந்தாம் படைகளின் கதைகள்

கடைசியில் நாமெல்லோரும் ஒருநாளில் கதைகளாகி விடுவோம் என்று முன்பெங்கோ படித்தபோது, அதெப்படி கதைகளாவோம் என்று யோசித்திருக்கிறேன். இப்படித்தான் கதைகளாவோம் என்று செய்முறை விளக்கம்போல் எழுதிக் காட்டியுள்ளார் மால்கம்.

புனைவுகளை விடவும் புதிர்த் தன்மைகள் நிறைந்த நடப்புண்மைகளைப் பின் தொடர்வதனால் கிடைக்கும் இந்தக் கதைகள் இதோ இந்த இடத்தில், இந்த நொடியில் நிகழும்போதே எழுதப்பட்டவை போலத் தெரிகின்றன.

தான் பார்க்கும்/ கேட்கும் எதுவொன்றிலும் யாரிடத்திலும் செய்தியைத் தேடுகிற ஓர் ஊடகவியலாளரின் மனம் தனது தொழிற் தேவைக்கு அப்பால் போய் அந்தச் செய்திகளுக்குள் பொதிந்துள்ள கதைகளைக் கண்டடைகிறது.

அந்தவகையில் இந்தத் தொகுப்பின் பெரும்பாலான கதைகள் ஊடகத்துறை சார்ந்தவை. ஊடக நிறுவனங்களின் அரசியல் தற்சாய்வுகள், எதிர்ப்புகள், போட்டிகள், முன்னுரிமைகள் ஆகியவை முற்றிலும் அவற்றின் சொந்த நலன்களின் பேரிலானவை. அதற்கேற்ப பரபரப்பு, வைரல், டிரெண்டிங், ரேட்டிங் செய்திகளை உருவாக்கும் பெருந் தொழிற்சாலைக்குள்

உள்ள மனிதர்களின் மனப்போக்குகள், நடத்தைகள், செயல்பாடுகள், அனுபவங்கள் சார்ந்தவை.

ஆனால் இக்கதைகள், நம்மை வந்தடையும் செய்திகளை உருவாக்குகிறவர்களைப் பற்றிய செய்திகள் அல்ல. ஒவ்வாமை, சமரசம், துரோகம், வெற்றிக் களிப்பு, தாழ்வெண்ணம், மனநிறைவு, உழைப்பு, அங்கீகாரம், நிராகரிப்பு, போலித்தனம் ஆகியவற்றின் கூட்டுருக்களாக வரும் இவர்களது கதைக்குள் நாம் நம்மையும் காண நேர்கிறது.

அரசின் சேவைத் துறைகள் வணிக மயமாக்கப்படுவதற்கும் பின்னர் பகுதி பகுதியாக தனியார் மயமாக்கப்படுவதற்கும் பின்னே நாட்டின் நலன் என்று எதுவுமே இல்லை. அது அப்பட்டமாக பன்னாட்டு கார்ப்பரேட்டுகளைக் கொழுக்க வைப்பதற்காக நாட்டின் வளங்களையும் மக்களின் நலன்களையும் காவுகொடுக்கும் செயலாகும். இதற்கெதிரான ஊழியர்களின் போராட்டத்தைக் காவல்துறை கையாளும் விதத்தில் எட்டு வழிச்சாலை, ஸ்டெர்லைட், சாம்சங் ஆகியவற்றுக்கெதிரான போராட்டங்களின் மீதான அவர்களது ஒடுக்குமுறையை நினைவூட்டும் கதையொன்று இதிலுள்ளது. அரசு என்னும் ஒடுக்குமுறை இயந்திரத்தின் பகுதியாக இருக்க வேண்டும் என எதிர்பார்க்கப்படும் ஊடகங்களில் சற்றே அறவுணர்வுடன் இருக்கும் எவரொருவரையும் அரசு சகித்துக் கொள்ளாது. ஒடுக்கும் அல்லது உள்வாங்கிச் செரித்துவிடும் என்பதற்கு இக்கதையில் வரும் ஐவணம் மற்றும் நவ்ரங் பாத்திரங்கள் உதாரணம்.

இந்துத்துவாதிகளால் பாபரி மஸ்ஜித் இடித்துத் தகர்க்கப் பட்டதற்குப் பிறகான மதச் சிறுபான்மையினரின் அகநிலை, இஸ்லாமியர் மீதான வெறுப்பரசியலுக்குப் பலியான ஒருவர் மதநல்லிணக்கப் பாதைக்குத் திரும்புதல், அதையும் கூட பரபரப்புக்காக எதிர்நிலையில் தலைப்பிட்டுச் செய்தியாக்கும் ஊடகச் சல்லித்தனம், பள்ளிவாசல்களின் நடைமுறைகள் மீதான விமர்சனம், மேற்கொள்ள வேண்டிய சீர்திருத்தங்கள் என்று மால்கம் வேறுபல விடயங்களையும் கதைத்தன்மை கெடாமல் பேசியிருக்கிறார்.

பார்ப்பனர்களுக்கு ஐஐடி பார்ப்பனரல்லாதாருக்கு ஐடிஐ என்பதுதான் நியதி. ஆனால் விதிவிலக்காக, ஐடிஐ படித்துப் பயணிகள் ரயில் ஓட்டும் மோட்டார் மேனாக - உடல் உழைப்பில் ஒரு பார்ப்பனர் இருந்திருக்கிறார் என்பதை மால்கம் கதை வழியாகத்தான் அறிந்து கொண்டேன். உண்மையில் அப்படி ஒருவர் இருந்தாரா என்பதைவிடவும் கதையிலாவது அப்படி ஒருவர் இருப்பது நல்லதுதான். கதையின் சாத்தியம் அதுதானே!

ஆதவன் தீட்சண்யா
பொதுச் செயலாளர்,
தமிழ்நாடு முற்போக்கு எழுத்தாளர் கலைஞர்கள் சங்கம்

05.12.2024
(அம்பேத்கர் நினைவு நாளுக்கும்
பாபரி மஸ்ஜித் இடிக்கப்படுவதற்கும் முந்தைய நாள்)

கிரிக்கெட் நம்பியார்

எனக்குக் கிடைத்த தகவலை வைத்துச் சூதாட்டத்தில் ஈடுபட முடிவெடுத்தேன். உலகக் கோப்பை கிரிக்கெட் போட்டி நடைபெறும் இந்தச் சமயத்தில்தான் பந்தயம் கட்ட முடியும். அதற்காகச் சூதாட்ட தரகரை அணுக வேண்டிய அவசியம் எனக்கு இல்லை.

கோடிகளில் பணம் புரளும் கிரிக்கெட் விளையாட்டு ஒரு தொழிற்சாலை போல. அது ஒரு தொழில்வாய்ப்பும்கூட. உற்பத்திப் பொருள் கடைக்கோடி பயனாளிகளுக்குப் போய் சேரும் வரை இடையில் உள்ள அனைவரும் சம்பாதிக்கும் கண்ணி இணைப்பு கிரிக்கெட் விளையாட்டிலும் உண்டு. களத்தில் ஆடும் வீரர்கள் மட்டுமல்ல, அணியின் உரிமையாளர்கள், சங்க நிர்வாகிகள், உபகரண உற்பத்தி - விற்பனை, ஒளிபரப்பு உரிமம் பெற்றுள்ள தொலைக்காட்சி, அந்தத் தொலைக்காட்சி ஊழியர்கள்... இப்படிப் பயனடைபவர்களின் சங்கிலி நீளமானது.

களத்தில் மோதிக் கொள்ளும் இரு அணி வீரர்கள் அணியும் சீருடையைப் போன்ற தோற்றம் கொண்ட சீருடைகளை மைதான வாசலில் விற்கும் தெருவோர வியாபாரிகள், கொடிகளை விற்கும் ஆதரவற்ற சிறுவர்கள், முகத்தில் வண்ணம் தீட்டிப் பிழைக்கும் அன்றாடங்காய்ச்சிகள் என கிரிக்கெட் ஆட்டம்தான் எத்தனையெத்தனை பேருக்கு வாழ்வாதாரமாக இருக்கிறது.

சங்கிலியின் கடைசிக் கண்ணி ரசிகர்கள். அவர்களை நுகர்வோர் என்றும் சொல்ல முடியாது. லாபம் பார்க்கும் வியாபாரி என்றும் சொல்ல முடியாது. காசு கொடுத்து டிக்கெட் வாங்கி,

நீண்ட வரிசையில் காத்திருந்து வியர்வையில் கசகசத்து கேலரியில் அமர்ந்து வெயிலையும் பனியையும் எரிச்சலோடு சகிக்கிறான் ரசிகன். இருந்தாலும் மனங்கவர்ந்த வீரர் பந்தைப் பறக்கவிடும் அந்தக் கணத்தில் எழும் மனக் கிளர்ச்சியும் சக ரசிகர்களின் கூக்குரல்களால் புலன்களுக்குள் பீறிட்டெழும் உச்சக்கட்ட உணர்வெழுச்சியும் ரசிக மனத்தில் தேக்கி வைக்கும் என்றென்றைக்குமான நினைவுப் புதையல். மைதானத்தில் கிரிக்கெட் ஆட்டத்தைப் பார்ப்பதால் கிடைக்கும் இந்தப் புதையல் லாபம் தராத முதலீடாகும். தொலைக்காட்சியில் கிரிக்கெட் பார்ப்பவர்களுக்கு இந்த அனுபவம் கிடைக்க வாய்ப்பே இல்லை.

விரும்பிய அணி வெற்றி பெற வேண்டும், எதிரணி தோற்க வேண்டும் எனப் பிரார்த்திக்கும் முகங்களால் கிரிக்கெட் மைதானம், வழிபாட்டுத்தலமாக மாறி ஆன்மிக ஊற்று வழிந்தோடும். பிரார்த்தனை பலிக்கவில்லை என்றாலும் பாதகமில்லை. இறைநம்பிக்கை குறைந்துவிடாது. அடுத்த ஆட்டத்தை மைதானத்திலே காண ரசிக மனம் ஏங்கும்.

எல்லாத் தொழிலிலும் நேரடி வர்த்தகம் இருப்பதைப் போல கள்ளச் சந்தையும் உண்டுதானே... கிரிக்கெட்டின் கள்ளச் சந்தை சூதாட்டம். ஸ்டிக்கர் ஒட்டி கல்லா கட்டும் கள்ளச் சந்தை அல்ல இது. நிழலுலக தாதாக்களுக்கு கிரிக்கெட் சூதாட்டம் பொழுதுபோக்கு, தெருமுனை ரவுடிகளுக்கு அது அதிகார போதை. பத்திரிகையாளனாக நானும் கள்ளச் சந்தைக்குள் நுழைந்தேன். கிரிக்கெட் சூதாட்டத்தில் என்னுடைய லாபம் பணம் அல்ல.

“இந்த உலகக் கோப்பை தொடர் முடியும் போது, நம்ம நாட்டோட கிரிக்கெட் அணிக்கு, சர்வதேச கிரிக்கெட் கவுன்சில் தடை விதிக்க வாய்ப்பிருக்கு சார்...”

இரவு 8 மணிக்குத் தொலைக்காட்சியில் ஒளிபரப்பாகும் பிரைம் டைம் செய்தித் தொகுப்புகளை இறுதி செய்யும் ஆலோசனைக் கூட்டம் இது. நிர்வாக ஆசிரியர் சிவாஜி கணேசன் இன்றைய நாளின் முக்கிய செய்திகள் என அவர் கணித்ததை வெள்ளைச் சுவர்ப் பலகையில் வரிசையாக எழுதிக் கொண்டிருந்தார். ஓவல் வடிவ நீண்ட மேஜையைச் சுற்றி அமர்ந்திருந்தவர்கள், நிர்வாக ஆசிரியர் எழுதிக் கொண்டிருப்பதைத் தீவிரத்தோடு பார்ப்பது போலப் பாவனை செய்து கொண்டிருந்தனர். சனி, ஞாயிறு

தவிர நாள்தோறும் நண்பகல் 12 மணிக்கு நிர்வாக ஆசிரியர் தலைமையில், பொறுப்பாசிரியர்கள், இணையாசிரியர்கள் கூடி விவாதிப்பது கட்டாயச் சடங்கு. மொபைலில் இன்ஸ்டாகிராமை இடது கைப் பெருவிரலால் வருடிக் கொண்டிருந்த நான், அனைவரின் கவனத்தையும் என் பக்கம் திருப்பினேன்.

“கிரிக்கெட் டீமுக்கு தடை... நல்ல டிப்... பெரிசா போகும் போலயே... கன்ஃபர்ம்ட்தானே...” எழுதி முடித்துவிட்டு திரும்பி நின்று என்னைப் பார்த்துக் கேட்டார் நிர்வாக ஆசிரியர்.

பசிக்கத் தொடங்கிக் கும்பி கரையும் நேரத்தில் டிஆர்பி ரேட்டிங் பற்றி காரசாரமாக விவாதிக்கும் இந்தக் கூட்டத்தில், எந்தச் சுரத்துமின்றி அமர்ந்திருப்பதுதான் என் வழக்கம். இன்று சைவமா அசைவமா, எதற்கு அதிக புள்ளிகளைக் கொடுக்கலாம் என்பதைப் பற்றித்தான் என் மனம் விவாதித்துக் கொண்டிருக்கும். பிரேக்கிங் செய்தி பற்றி ஒன்லைன் ஸ்டோரியைச் சொல்லிவிட்டு, இன்றும் அதேபோல், சாப்பாட்டு நினைப்பிலேயே லயித்திருந்ததால் சிவாஜி சார் கேட்டது காதில் விழவில்லை.

“நம்பி... உங்களைத்தான்... சோர்ஸ் நம்பிக்கையான ஆள்தானே... இன்னிக்கு பிரைம் டைம்ல பிரேக் பண்ணிடலாம்ல...” கண்ணாடியை நெற்றியில் ஏற்றிக் கொண்டு எதிரில் அமர்ந்திருந்த என்னைப் பார்த்துக் கேட்டார் நிர்வாக ஆசிரியர்.

நான் சொன்ன தகவலால் பொறுப்பாசிரியர்களும் இணையாசிரியர்களும், அது எப்படி சாத்தியம் என்பது போல குழம்பிப் போய் அதிர்ந்திருந்தனர். ஆனால், வியப்பையோ ஆச்சரியத்தையோ வெளிப்படுத்தாத சிவாஜி சாரின் உடல் மொழி சந்தேகத்தைக் கிளப்பியது. எனக்குக் கிடைத்த தகவல், அவருக்கும் கிடைத்திருக்குமோ? எனக்குத் தகவல் சொன்ன சோர்ஸ், சேனலின் ஹெட் என்பதால் அவருக்கும் சொல்லியிருப்பாரோ?

ஆங்கில செய்தி சேனலில் ஸ்போர்ட்ஸ் ரிப்போர்ட்டராக பத்திரிகை உலகில் கால் பதித்தவர் சிவாஜி சார். முப்பது ஆண்டு கால அனுபவம், நிர்வாக ஆசிரியர் என்ற பொறுப்பை அவருக்குப் பெற்றுத்தந்துள்ளது. விளையாட்டு என்பது அரசியல்தான், அரசியலும் ஒரு விளையாட்டே என அவர்

அடிக்கடி சொல்வார். விளையாட்டு உலகத்தில் எனக்கும் நல்ல சோர்ஸ் உண்டு. இது அவருக்கும் தெரியும் என்பதால், பிரேக்கிங் நியூஸின் நம்பகத்தன்மையை மட்டுமே அவர் அறிய விரும்பினார். ஆனால், மற்றவர்கள் அது எப்படி சாத்தியம் என்பது போல என் முகத்தைப் பார்த்தனர்.

“சோர்ஸ் நம்பிக்கையான ஆள்தான்... பிரைம் டைம் புல்லட்டின்ல பிரேக்கிங் கொடுத்திடுறேன் சார்...”

மீண்டும் மொபைலை தடவினேன். மற்ற செய்தித் தொகுப்புகளை இறுதி செய்யும் உரையாடல் மும்முரமாகப் போய்க் கொண்டிருந்தது. அதில் கலந்து கொள்ளாமல், அருகிலிருந்த பொறுப்பாசிரியர் ஜெமினி கணேசன், “அதெப்படி நம்பி அப்டியெல்லாம் பண்ண முடியும்? நம்ம பிரதமர் அவ்வளவு ஈஸியா இதை விட்டுருவாரா?” திகைப்போடு கேட்டார். நான் தோள்களை உயர்த்தி உதட்டைப் பிதுக்கினேன்.

“நோ... நோ... சான்ஸே இல்ல... இந்த பிரேக்கிங் நியூஸ் தேவையா? நேஷனல் சேனல்ல இதப் பத்தி வந்த பின்னாடி நாம போட்டுக்கலாம் சார்...” நிர்வாக ஆசிரியரின் கவனத்தை மீண்டும் கிரிக்கெட் பிரேக்கிங் பக்கம் திருப்பினார் ஜெமினி சார்.

பொதுவாக, உடனுக்குடன் உறுதி செய்ய முடியாத செய்திகளை இன்னொரு சேனல் ஒளிபரப்பினால், அதைப் பார்த்து பிரேக்கிங் அடிப்பது ஊடகங்களின் வழக்கம். அதுவும் நேஷனல் சேனல் என்றால் கண்ணை மூடிக் கொண்டு நம்பலாம் என்பது ஊடக உலகில் நிலவும் ஒருவகை மோஸ்தர்.

ஜெமினி கணேசன் ஒரு அரசியல் கட்சி சார்பானவர், அதை வெளிப்படையாகச் சொல்லிக் கொள்ளவும் தயங்காதவர். அரசியல் கட்சி பிரமுகர்கள் நடத்தும் சேனலில் பணிபுரியும் பத்திரிகையாளர்களிடம் அரசியல் சார்பு இருக்கும். இப்போதெல்லாம் நடுநிலை சேனல் எனச் சொல்லிக் கொள்ளும் சேனல்களில் வேலை பார்ப்பவர்கள்கூட , தங்கள் அரசியல் முகத்தை வெளிக்காட்டத் தயங்குவதில்லை. நாட்டின் அரசியல் போக்கு அப்படி முன்னேறிவிட்டது. பத்திரிகையாளர்களுக்கு அரசியல் சார்பு இருக்கக் கூடாதா என்ன?

கிரிக்கெட் பற்றிய பிரேக்கிங்கைத்தான் ஜெமினி சார் சொல்ல வருவதாகப் புரிந்து கொண்ட நிர்வாக ஆசிரியர், "அதென்ன நேஷனல் சானல்...? நாம பிரேக் பண்ற நியூஸ் நேஷனல் லெவல்ல பேசப்படட்டுமே... ஏற்கனவே அந்த மாதிரி நடந்திருக்குல்ல..."

பிரதமரைத் தொடர்புபடுத்தும் இந்த பிரேக்கிங் நியூஸ் குறித்த சீனியர்களின் ஆலோசனைகளைச் சிவாஜி சார் செவிமடுக்காதது மட்டுமல்ல, அவரின் வார்த்தையில் வெளிப்பட்ட உறுதி, என்னுடைய ஐயத்தை இன்னும் அதிகப்படுத்தியது.

"பந்தயம் கட்டலாமா? இது பிரேக்கிங் நியூஸே கிடையாது. இன்னும் சொல்லப் போனால் நியூஸே கிடையாது... அடிச்சிவிடாதே நம்பி...?" ஒரு பக்கம் பிரைம் டைம் ஆலோசனை போய்க் கொண்டிருக்க, ஜெமினி சார் என்னிடம் வம்பு வளர்த்தார்.

"சார்... உண்மைதான். நம்புங்க... வேணும்னா பந்தயம் கட்டிக்கலாம்... இன்னும் ரெண்டு நாளைக்கு இதுதான் ஹாட் நியூஸ்..."

"எவ்வளவு பந்தயம் கட்டலாம்... இப்படியெல்லாம் எந்தத் திட்டமும் இல்லன்னு, நாளைக்கே, விளையாட்டுத்துறை மத்திய அமைச்சர் அறிக்கை விடுவார் பாரு..."

"ரெண்டாயிரம் ரூபாய் பந்தயம்..." அவர் சொல்லி முடிப்பதற்குள், அவருடைய சட்டைப் பையில் துருத்திக் கொண்டிருந்த ஐந்நூறு ரூபாய் நோட்டுக்களை எடுத்து நான்கு தாள்களை உருவினேன்.

"பந்தயத்தில ஜெயிச்சுட்டு வாங்கிக்கப்பா..."

"அதெல்லாம் ஜெயிச்ச மாதிரிதான் ஜெமினி சார்..." சொல்லிக் கொண்டே கிளம்பினேன். கூட்டமும் முடிந்துவிட்டிருந்தது. இன்று அசைவ ஹோட்டலுக்குப் போக அமவுண்ட்டை தேத்தி விட்டிருந்தேன்.

இரவு 8 மணி. நான் எழுதிக் கொடுத்த செய்தி தயார் நிலையில் இருந்தது. கூடுதல் அழகுக்காக ஒப்பனை செய்து கொண்டு, கொஞ்சம் பொலிவை ஏற்றிக் கொண்டேன். செய்தி அறையில் என் முகத்தில் போதுமான அளவுக்கு ஒளியை வாங்கி, மைக்கை

கையில் ஏந்தி, நியூஸ் ரூம் ஓபி கொடுக்க, கேமராமேன் சொன்ன இடத்தில் வாகாக நின்று கொண்டேன். ஓபி என்றால் அவுட்சைட் பிராட்காஸ்டிங், அதாவது வெளிப்புற படப்பிடிப்பு. நிகழ்வு நடக்கும் இடத்திலிருந்து செய்தியாளர்கள் நேரலை வழங்குவதைப் பார்த்திருப்பீர்களே அதுதான். நான் வழங்கப் போகும் பிரேக்கிங் நியூஸ் 'எதிர்வுகூறல்' என்பதால் செய்தி அறையிலிருந்தே நேரலை வழங்கத் தயாரானேன்.

நிகழ்ச்சி கட்டுப்பாட்டு அறை மற்றும் செய்தி வாசிப்பாளரோடு இணைக்கப்பட்டேன். பிரைம் டைம் நியூஸ் புல்லட்டினுக்கான சிக்னேச்சர் மியூசிக் ஒளிபரப்பானவுடன் தலைப்புச் செய்திகளை வாசித்தார் நியூஸ் ஆங்கர் பத்மினி. அடுத்ததாக பிரேக்கிங் செய்திக்கான மியூசிக் துணுக்கு ஒளிபரப்பானது.

கேமராமேனிடம் பேசிக் கொண்டிருந்த போது, "அடுத்து நீங்கதான்..." என நிகழ்ச்சி கட்டுப்பாட்டு அறையில் இருந்து என் காதுக்குத் தகவல் தந்து எச்சரிக்கை செய்தனர். நான் நேரலையில் இணைக்கப்பட்டுவிட்டதால், பதில் கூறினால் அது ஒளிபரப்பாகிவிடும். அதனால், கேமரா முன்பு கட்டை விரலை உயர்த்தித் தயார் எனச் சமிக்ஞை செய்தேன்.

> கிரிக்கெட் ஆட்டத்தில் சமநிலையைக் கொண்டு வர புதிய விதிகளை அமல்படுத்த பிரதமர் விருப்பம்
>
> கிரிக்கெட் போட்டியில் புதிய விதிமுறைகளைக் கொண்டு வர சிறப்புக் குழு அமைக்க பிரதமர் முடிவு
>
> ஓய்வு பெற்ற கிரிக்கெட் வீரர்களைக் கொண்ட குழு விரைவில் அமைக்கவுள்ளதாகத் தகவல்

எனத் தொலைக்காட்சி திரையில் ஒளிர்ந்த வாசகங்களை நியூஸ் ஆங்கர் வாசித்தார். இரண்டு முறை இதையே திரும்பத் திரும்ப வாசித்த பின், "இது பற்றிய கூடுதல் தகவல்களை இணைப்பில் உள்ள தலைமைச் செய்தியாளர் நம்பியாரிடம் கேட்கலாம். நம்பி... என்ன மாதிரியான மாற்றங்கள் கிரிக்கெட் ஆட்டத்தில் கொண்டு வர வாய்ப்பிருக்கிறது..." என்றார்.

அவர் சொல்வதை ஆமோதிப்பது போல தலையை அசைத்துக் கொண்டிருந்த நான், "பத்மினி... நமக்குக் கிடைத்திருக்கிற

பிரத்யேக தகவல்படி, தற்போதைய கிரிக்கெட் ஆட்டத்தில் சமநிலை இல்லாமல் இருப்பதாகப் பிரதமர் கருதுவதாகத் தகவல் கிடைத்திருக்கிறது. இது பற்றி மூத்த கிரிக்கெட் வீரர்களிடம் பிரதமர், கருத்துக்களைப் பகிர்ந்து கொண்டதாகவும், மூத்த வீரர்களும் பிரதமரின் கருத்தை ஆமோதித்ததாகவும் தெரிகிறது. இந்த நிலையில்தான், தற்போதைய கிரிக்கெட் ஆட்ட விதிகளைப் பற்றி முழுமையாக ஆராயவும், புதிய விதிமுறைகளைப் பரிந்துரை செய்யவும், ஓய்வு பெற்ற கிரிக்கெட் வீரர்களைக் கொண்ட குழு அமைக்க வாய்ப்புள்ளதாக நமக்குத் தகவல் கிடைத்துள்ளது பத்மினி..."

அவர் 'நம்பி' என்று தொடங்குவதும், நான் 'பத்மினி' என்று முடிப்பதிலும் ஏதோ ஒரு மோகம் தெரிகிறதே எனக் கவர்ச்சி முடிச்சி போட்டுக் கற்பனை செய்து கொள்ள வேண்டும். போலீஸ்காரர்கள் வாக்கி-டாக்கியில் பேசத் தொடங்கும் போதும் முடிக்கும் போதும் 'ஓவர்... ஓவர்...' என்று சொல்வது போலத்தான் இதுவும். ஆங்கர் பெயரைச் சொல்லிவிட்டால், 'நான் முடித்துவிட்டேன், அடுத்து கேள்வி இருந்தால் நீங்கள் கேட்கலாம்' என்ற கோட் வேர்ட்தான் இது.

"கிரிக்கெட் ஆட்டத்தில் சமநிலை இல்லை என்பதை எந்த வகையில் பிரதமர் உணர்வதாக ஏதாவது தகவல் இருக்கிறதா நம்பி...?"

"பத்மினி... நமக்குக் கிடைத்திருக்கிற தகவல்படி, கிரிக்கெட் ஆட்டத்தில் சமூகநீதி கடைபிடிக்கப்படுவதில்லை எனப் பிரதமர் உணர்வதாகத் தெரிகிறது. பெரும்பாலும் பந்துவீச்சாளர்களுக்குச் சாதகமாகத் தற்போதைய கிரிக்கெட் வடிவம் இருப்பதாகப் பரவலான கருத்து இருப்பதையே பிரதமரின் சிந்தனையும் பிரதிபலிப்பதாகத் தெரிகிறது பத்மினி..."

"கிரிக்கெட்டில் சமூகநீதி இல்லையா? விரிவாகத் தகவல்களைப் பதிவு செய்ய முடியுமா நம்பி?"

"பத்மினி... நான்கு விதிகள் கிரிக்கெட் ஆட்டத்தின் சமநிலைத் தன்மையைச் சீர்குலைப்பதாக கிரிக்கெட் ஆர்வலர்கள் கருதுவதாகத் தெரிகிறது. அதைத்தான் பிரதமரின் எண்ணமும் பிரதிபலிப்பதாக அறிய முடிகிறது.

முதலாவதாக, பவுலர்களின் ஆதிக்கம் கிரிக்கெட் போட்டியின் சுவாரஸ்யத்தைக் குறைப்பதாகக் கருதப்படுகிறது. அதாவது, பேட்டர் அவுட்டாகி விட்டால் அந்த ஆட்டத்தில் அவரால் மீண்டும் களமிறங்க முடியாது. அதேசமயம் பவுலர் மோசமாகப் பந்துவீசினாலும் அதே ஆட்டத்தில் அவருக்கு மீண்டும் பந்துவீச வாய்ப்பு வழங்கப்படுகிறது. இது நியாயமான போக்கு அல்ல எனக் கூறப்படுகிறது.

இரண்டாவதாக, ஒரு பவுலரின் பந்துவீச்சில், பேட்ஸ்மேன் அடிக்கும் போது பந்தை கேட்ச் பிடித்தால், அந்த விக்கெட் பவுலரின் கணக்கில் சேர்க்கப்படுகிறது. இது கேட்ச் பிடித்த வீரருக்குக் கிடைக்க வேண்டிய பெருமையை வழங்க மறுப்பதாகக் கருதப்படுகிறது.

மூன்றாவதாக, ஒரு பேட்டர் பந்தை அடிக்கும் போது, இரண்டு அல்லது மூன்று ரன்கள் ஓடும் போது எதிர் முனையில் இருக்கும் பேட்டரும் ஓட வேண்டியுள்ளது. ஆனால், பந்தை அடித்தவர் கணக்கில்தான் இந்த ரன்கள் சேர்க்கப்படுகிறது. எதிர் முனையில் ஓடியவருக்கு ரன் வழங்கப்படுவதில்லை. இதுவும் அநீதி எனக் கருதப்படுகிறது.

நான்காவதாக, பேட்ஸ்மேன் பந்தை அடித்தால் ஓடி ரன் சேர்ப்பதற்குப் பதிலாக ஃபோர், சிக்ஸ் வழங்குவது போல, ஒன்று, இரண்டு, மூன்று ரன்களையும் நடுவரே வழங்க வேண்டும். இதனால் பேட்ஸ்மென்கள் ஓடி ஓடிக் களைப்பாகாமல் ஆட்டம் விறுவிறுப்பாக இருக்குமென எதிர்பார்க்கப்படுகிறது. ஒரு ஓவர் இப்படி முடிந்த பின்பு, அடுத்த ஓவர் எதிர் முனையில் உள்ள பேட்ஸ்மென்னுக்கு வீச வேண்டுமென்றும் எதிர்பார்க்கப்படுகிறது பத்மினி...”

“நம்பி... அப்படியென்றால், ஒன்றிரண்டு பந்துகளில் பேட்ஸ்மென் அவுட்டாகிவிட்டால் என்ன செய்வது? அந்த ஓவரை எப்படி முழுமைப்படுத்துவது? அடுத்த ஓவருக்குத்தான் புதுபேட்ஸ்மேனை களமிறக்க வேண்டுமென்றால், அந்த ஓவரின் மீதிப் பந்துகளை யார் எதிர்கொள்வது? ஒருவேளை அம்பயரை வைத்து அந்த ஓவரை நிறைவு செய்ய வேண்டுமா நம்பி...?”

“இதுபோன்ற சிக்கல்களுக்கு விடை காண்பதற்காகத்தான் ஓய்வு பெற்ற கிரிக்கெட் வீரர்களைக் கொண்டு குழு அமைக்க பிரதமர் திட்டமிட்டிருப்பதாகத் தகவல் கிடைத்துள்ளது பத்மினி...”

“உங்களுடைய விரிவான தகவல்களுக்கு நன்றி நம்பியார்... ஒரு சிறிய இடைவேளைக்குப் பிறகு மற்ற செய்திகளைப் பார்க்கலாம்...”

கடைசிக் கேள்விக்குப் பதிலளிப்பது, மீன் எப்போது குளிக்கும் என்ற கேள்விக்குப் பதில் அளிப்பது போல. “கிரிக்கெட் விளையாட்டில் புதிய விதிமுறைகளைக் கொண்டு வர பிரதமர் விருப்பம்.” இந்த ஒருவரிதான் எனக்குக் கிடைத்த பிரத்யேகத் தகவல். இதனால் குதர்க்கமான கேள்விகளைத் தவிர்த்து, நேரலையை முடிவுக்குக் கொண்டுவரும் வகையில், சுருக்கமாகப் பதில் சொன்னேன்.

நான் எப்போது நேரலையை முடிப்பேன் எனக் காத்திருந்தவர் போல இருக்கையில் இருந்து பாய்ந்து வந்த ஜெமினி சார், “யப்பா... ஏதோ அணியைத் தடை பண்ணப் போறாங்கன்னு சொன்ன... அதுக்குத்தான பந்தயம் கட்டுனேன்... இப்ப என்னடான்னா வேற பிரேக்கிங் நியூஸ் போகுது... பணத்த எடு எடு...” எனச் சொல்லவும் நான் மறுத்தேன். மீண்டும் அவர் என்னிடம் வம்பு வளர்க்க மற்ற பணியாளர்களும் எங்களைச் சூழ்ந்து கொண்டு என்ன பந்தயம் என விசாரித்தனர். தகவலைச் சொன்னதும், இன்னும் ஐந்து பேர் இதேபோல பந்தயம் கட்டினர். எங்களைக் கவ்விய சூது மோகம் நிர்வாக ஆசிரியருக்கும் தெரிந்துவிட்டது.

நேரலைக்காக சைலண்ட் மோடில் வைத்திருந்த போனை எடுத்துப் பார்த்து மலைத்தேன். மற்ற சேனல் ரிப்போர்ட்டர்கள் மட்டுமல்ல, சேனலின் ஆசிரியர்களும் என்னை அழைத்திருந்தனர். நான் நேரலை கொடுத்த பிரேக்கிங் நியூஸ் பற்றி விசாரிக்க அழைத்திருக்க வேண்டும். ஒட்டுமொத்தமாக அனைவருக்கும் பதில் சொல்லும் வகையில் செய்தியாளர்கள் அடங்கிய வாட்ஸ்அப் குரூப்பில் வாய்ஸ் மெஸேஜை தட்டிவிட்டேன். எனக்குத் தகவலை உறுதிப்படுத்திய சோர்ஸ் யார் என்பதை மட்டும் சொல்லவில்லை.

கிரிக்கெட் தொடர்பான பெரிய பிரேக்கிங் நியூஸெல்லாம் பொதுவாக நேஷனல் சேனல்களில் வருவதுதான் வழக்கம். தகவலை உறுதிப்படுத்தாததால், கிரிக்கெட் விதிகள் பற்றிய பிரேக்கிங் நியூஸை மற்ற சேனல்கள் ஒளிபரப்பவில்லை. எப்படியாவது இந்தச் செய்தியை உறுதி செய்யச் சொல்லி சேனல் எடிட்டர்கள், ரிப்போர்ட்டர்களுக்கு நெருக்கடி கொடுத்தனர்.

விளையாட்டு உலகமே பரபரப்பானது. சமூக வலைத்தளங்களில் விவாதம் சூடுபிடிக்கத் தொடங்கியது. இந்தச் செய்தியை எப்படி உறுதி செய்வது என மற்ற தொலைக்காட்சி நிருபர்கள் திணறினர். தகவல் உண்மை, ஆனால் எனக்கு யார் சொன்னார் என்பதை மட்டும் வெளியில் சொல்ல மாட்டேன் எனச் சக ரிப்போர்ட்டர்களிடம் உறுதியாகத் தெரிவித்துவிட்டேன்.

கிரிக்கெட் கவுன்சில் செய்தித் தொடர்பாளர் என்னைத் தொடர்பு கொண்டு, இந்தத் தகவலை உங்களுக்குச் சொன்னது யார் என நிதானமாகக் கேட்டார். மற்ற சேனல் ரிப்போர்ட்டர்கள் அவருக்கு போன் செய்து தொந்தரவு செய்திருக்க வேண்டுமென்பதைப் புரிந்து கொண்டேன்.

“இந்தத் தகவலில் உண்மையில்லை நம்பி... தகவல் எப்படி கிடைத்தது? அத நீங்க சொல்லலேன்னா, நீங்க ஒளிபரப்புன செய்தி பொய்யுன்னு நான் மறுப்பு செய்தி கொடுக்க வேண்டிவரும்...” மறுப்பு செய்தி வெளியிட்டால் என் வேலைக்கே பிரச்சினையாகும் என்பதால், ஒரு கட்டத்துக்கு மேல் என்னை மிரட்டிப் பணிய வைக்கலாம் என கிரிக்கெட் கவுன்சில் செய்தித் தொடர்பாளர் நினைத்துவிட்டார் போல...

“சார்... பிரதமர் பேர யூஸ் பண்ணி பிரேக்கிங் நியூஸ் கொடுக்குறேன். உறுதியான தகவல் இல்லாமலா இந்த நியூஸ கொடுத்திருப்பேன்...? சொல்லுங்க...” பத்திரிகையாளரின் திமிரை வெளிக் கொண்டுவரும் வகையில் அவர் பேசியதால், வேறு வழியின்றி நானும் நக்கலாக எதிர்க் கேள்வி கேட்டேன்.

“அதத்தான் நானும் கேக்குறேன்... நான்தான் கிரிக்கெட் கவுன்சிலோட மீடியா மேனேஜர்... நான் செய்தி கொடுக்காம நீங்க எப்படி ஒரு தகவல பிரேக்கிங் நியூஸா கொடுக்கலாம்?”

“அதத்தான் நானும் சொல்றேன். நீங்க மீடியா மானேஜர்தான்... உங்களுக்கும் ஒருத்தர் தகவல் கொடுப்பாருல்ல... அவர் எனக்குத் தகவல் கொடுத்திருக்கலாமுல்ல... பிரதமர் பெயரை யூஸ் பண்ணி நியூஸ் கொடுக்குறேன்னா கொஞ்சம் யோசிங்க சார், எனக்கு யார் தகவல் கொடுத்திருப்பாங்கன்னு...” நன்றி என ஒப்புக்குச் சொல்லிவிட்டுப் கோபமாக அவர் இணைப்பைத் துண்டித்தார்.

அவர் பேசி முடித்த சில வினாடிகளில் மற்ற சேனல்களிலும் பிரேக்கிங் செய்தி ஒளிபரப்பானது. அந்தச் செய்தித் தொடர்பாளர் பச்சைக் கொடி காட்டியிருக்க வேண்டும். நான் போட்ட போடு அப்படி. நேஷனல் மீடியாக்களும் பிரேக்கிங் அடித்தன.

அடுத்த நாள் அனைத்து நாளிதழ்களிலும் இதுதான் பேனர் செய்தி. சமூக வலைத்தளங்களில் காரசாரமாக விவாதங்கள் நடந்தன. ஓய்வுபெற்ற கிரிக்கெட் வீரர்களும் பயிற்சியாளர்களாக இருக்கும் மூத்த வீரர்களும் பிரதமரின் சிந்தனையை வழிமொழிந்தனர். அண்மையில், நாட்டின் பெயர் தொடர்பான பிரதமரின் கருத்தை ஆதரித்து விளையாட்டு வீரர்களும் சினிமா பிரபலங்களும் ட்விட்டரில் கருத்து தெரிவித்ததைப் போல, இந்த கிரிக்கெட் விதிகள் விவகாரத்திலும் கருத்து தெரிவித்தனர்.

அன்று இரவு அனைத்து சேனல்களும் இந்தத் தலைப்பிலேயே விவாத நிகழ்ச்சியை நடத்தின. சர்வதேச கவனத்தையும் இந்தச் செய்தி பெற்றது. நேஷனல் மீடியாக்கள் இந்த விவகாரம் தொடர்பாகப் புதிதாக ஏதாவது பிரேக்கிங் செய்தி கிடைக்காதா என ஆங்காங்கே மூக்கை நுழைத்துக் கொண்டிருந்தன. இரவு ஒன்பது மணிக்கு, சர்ச்சைகளுக்குப் பிரபலமான அந்த ஆங்கில சேனல் — அதை ஆங்கில சேனல் என்றும் சொல்ல முடியாது, இந்தி சேனல் என்றும் சொல்ல முடியாது — இன்னொரு பிரேக்கிங் நியூஸை ஒளிபரப்ப, அலுவலகத்தில் இருந்த நாங்கள் அனைவரும், “ஜெமினி சார்... பந்தயம் புட்டிக்கிச்சா...” என அந்தத் தொலைக்காட்சியைக் காட்டி கோரஸாக கத்தினோம்.

விளையாட்டு விவகாரங்களில் அரசியல் தலையீடு

அரசியல் தலையீட்டால் கிரிக்கெட் அணிக்கு தடை விதிக்க வாய்ப்பு

சர்வதேச கிரிக்கெட் கவுன்சில் விரைவில் கூடி ஆலோசனை செய்ய உள்ளதாகத் தகவல்

கிரிக்கெட் விளையாட்டு விதிகள் தொடர்பாகப் பிரதமர் குழு அமைக்க இருப்பதாகச் செய்தி வந்த நிலையில் பரபரப்பு

இப்படி அந்தத் தொலைக்காட்சியில் பிரேக்கிங் நியூஸ் ஒளிபரப்பானது. "ரெண்டாயிரம் ஓவா போச்சா..." எனத் தலையைச் சொறிந்தார் ஜெமினி சார். பந்தயம் கட்டிய மற்றவர்களும் தொகையைப் பறிமாறிக் கொண்டனர். இந்தக் கொண்டாட்டத்தால் நியூஸ் ரூமே கலகலப்பானது.

தனது அறையிலிருந்து வெளியே வந்த நிர்வாக ஆசிரியர், "என்ன ஜெமினி... சீனியர் நீங்க... கட்சிக்காரரு... ஆனாலும் பொடியண்ட்ட பந்தயத்துல தோத்துட்டீங்களே..." எனச் சொல்லிச் சீண்டினார்.

"ஆமா சார்... கட்சில ஒரு பயலுக்கும் இதப் பத்தி சரியா தெரியல... ஒருத்தனுக்கும் கிரிக்கெட்டும் தெரியல, அரசியலும் தெரியல... பிரதமர் சரியாத்தானே சொல்லியிருக்காருன்னுதான் எல்லோரும் சொன்னானுவ..."

கிரிக்கெட் அணிக்குத் தடைவிதிக்க வாய்ப்பிருக்கக் கூடிய செய்தியை கம்ப்யூட்டரில் அடித்துக் கொண்டே நிர்வாக ஆசிரியருக்கு அலுப்போடு பதில் சொன்னார்.

இடது தொடை அதிர போனை எடுத்துப் பார்த்தேன். சோர்ஸ் அழைத்தார். சத்தமில்லாமல் வெளியே நகர்ந்தேன். நிர்வாக ஆசிரியர் என்னைப் பார்த்து, கட்டைவிரலை உயர்த்தித் தலையை ஆட்டினார். நான் யாரிடம் பேசப் போகிறேன் என்பது தெரிந்தது போல இருந்தது அவருடைய சைகை.

"சொல்லுங்க சார்..."

"தேங்ஸ் நம்பி... எல்லாமே கரெக்ட்டா போச்சி..." அந்த சோர்ஸ் இந்தி உச்சரிப்போடு ஆங்கிலத்தில் பேசினார்.

“நீங்க ஈஸியா சொல்லிட்டீங்க... பிரதமர் தொடர்பான செய்திங்கிறதால கவனமா ஹேண்டில் பண்ண வேண்டியிருந்தது... ஆமா, பிரதமர் எதுவும் ரீஆக்ட் பண்ணலையா?”

“நான்தான் கிரிக்கெட் போர்ட் தலைவர்... நான்தான் அவருக்கு இந்த ஐடியாவ கொடுத்தேன்... இப்படி பிரேக்கிங் நியூஸ் வரும்னு அவர்ட்ட சொல்லிட்டேன். கிரிக்கெட் மீது மக்கள் அளவுகடந்த அபிமானம் வைத்திருப்பதால் இது ஒர்க்அவுட்டாகும்னு நான்தான் அவர கன்வின்ஸ் பண்ணினேன்...”

“ஆனா... இப்ப பேக்ஃபயர் ஆயிருச்சே சார்...” பதற்றத்தோடு குறுக்கிட்டேன்.

“ஆகத்தான் செய்யும்... தெரிந்துதானே இதச் செஞ்சேன். அப்பாதான் செய்யச் சொன்னாரு...”

“பிஎம் இப்ப அறிக்கை எதுவும் விடுவாரா?”

“அறிக்கையா? பிரதமரா? எப்போ அறிக்கை விட்டிருக்கிறாரு அவரு? அவர் என்ன ஸ்டேட் லீடரா? நீங்க கொடுத்த பிரேக்கிங் நியூஸ் பத்தியோ, அதைத் தொட்டு இப்ப வந்திருக்கிற டீம தடை பண்ற நியூஸ் பத்தியோ ஆதரிச்சோ, எதிர்த்தோ எதுவும் வாய் திறக்க மாட்டார்...” சோர்ஸ் பேச்சில் தெளிவு இருந்தது. அந்தத் தெளிவுக்குப் பின் ஒரு திட்டம் இருந்தது.

“உங்களுக்கு ஒரு பழமொழி சொல்றேன்... அதுக்கு என்ன அர்த்தம்னு கூகுள்ள தேடிப் பாருங்கோ...” ஸ்கெட்ச் போட்டது சரியாக வேலை செய்ததால், ஜாலியான மனநிலையில் இருப்பதை வெளிப்படுத்தியது சோர்ஸின் குரல்.

“கூகுள் கெடக்கட்டும் நீங்களே அர்த்தத்தைச் சொல்லிடுங்க சார்...” கெஞ்சுவது போல குழைந்தேன்.

“நோ... நோ... ப்ளீஸ் சர்ச் இன் கூகிள்... அப்னே பேர் பர் குல்ஹாட்டி மார்னா”

இந்தப் பழமொழிக்கு அர்த்தம் பார்த்த பின்புதான், சோர்ஸ் ஆடிய சூதாட்டம் வேற லெவலில் இருந்தது புரிந்தது.

☐ உயிர்மை, நவம்பர் 2023

கதையின் தலைப்பை யூகித்துக் கொள்ளுங்கள்

அந்த வாசகங்களைப் படித்ததும் அதிர்ச்சியாகி, கிண்டில் புத்தகத்தை ஆஃப் செய்துவிட்டுக் கண்களை மூடினேன். சில பொருட்களுக்குப் புவிசார் குறியீடு கிடைப்பது போல, இலக்கிய ஆர்வம் கொண்ட சில ஊர்களில் என் எழுத்துக்களைப் பாராட்டி விருது வழங்கிக் கவுரவித்திருக்கிறார்கள். இப்படி சில பல விருதுகளை என்னுடைய இலக்கிய எழுத்துக்களுக்காகப் பெற்றிருக்கிறேன். அந்த விருதுகளுக்குத் தகுதியுடைய எழுத்துக்கள் தானா என்னுடைய எழுத்துக்கள்? இனிமேலும் சிறுகதைகள், நாவல் எழுத நான் தகுதியான எழுத்தாளர் தானா என்ற கேள்வியை எனக்குள் எழுப்பின அந்த வாசகங்கள்.

தாம்பரத்திலிருந்து ரயில் மெதுவாகப் புறப்பட்டவுடன், அந்த வாசகம் என்னைக் குலுக்கிவிட்டது. கடைசி வரிசையில் நடுநாயகமாக நான் மட்டும் அமர்ந்திருக்க, பெட்டியில் இன்னும் சில பயணிகளும் இருந்தனர். வயிற்றுக்கு இலக்கியம் உணவாகத் தெரிவது கிடையாது. அதனால், 'எழுத்து என் தொழில்' எனப் பாரதியார் மாதிரி சொல்லிக் கொள்ள முடிவதில்லை. தி.நகர் பாண்டிபஜாரில் கவரிங் நகைக்கடையில் வேலை செய்து கொண்டே இலக்கியம் படைக்க முடியும் என்பதை இன்றிருந்தால் பாரதியாரிடமே சொல்லியிருப்பேன்.

'மனித இயல்பை எழுதுவதுதான் என்னுடைய எழுத்தின் மையம்...'

ரஷ்ய எழுத்தாளர் ஆண்டன் செகாவ் சொன்ன இந்த வாசகங்கள்தான் என்னை அதிர்ச்சியில் உறைய வைத்து, குழப்பத்தில் ஆழ்த்தியது. அதைப் படித்த கணத்திலேயே யோசனையில் மூழ்கினேன். இதுவரை நான் வாசித்த இலக்கியங்களில், என் மூளையில் உறைந்து போயிருந்த இலக்கியங்களை ஒவ்வொன்றாக மீட்டிப் பார்த்தேன். நான் நேசித்த இலக்கிய கர்த்தாக்களில் யார், யாரெல்லாம் மனித மனங்களை ஊடுருவிப் பார்த்தவர்கள்?

ரயில் பெட்டியின் இருபுற வாசல்களில் இருந்தும், மார்கழிப் பனியின் குளிர்வாசம் என் முகத்தில் ஓவியம் வரைய கண்களைத் திறந்தேன். ஞாயிற்றுக்கிழமை என்பதால், பயணிகள் அதிகம் இல்லை. ரயில் சிந்திப்பதில்லை என்பதால் வேகமெடுத்தது. கிழக்கு திசை வாசலில் காலை வெயில் மஞ்சள் தெளிக்க, மேற்கு திசை வாசலில் கறுப்பு நிற டாலியா பூவின் கருமை படர, மஞ்சள்-கறுப்பு வானத்தை ரயில் கிழித்துக் கொண்டு செல்வது போல நான் கற்பனை செய்து கொண்டேன். என் இலக்கியத் தேடலை இழுத்துச் செல்லும் என்ஜின் ரயில் பயணம்தான்.

நெகிழ்ச்சியான சம்பவங்கள், ஆழமான உரையாடல்கள், அதிரடி திருப்பங்கள், திடீரென வரும் கிளைமேக்ஸ்... என நான் எழுதிய சிறுகதைகளை எழுத்தாளுமை ஆண்டன் செகாவ் அணிவிக்கும் கண்ணாடி கொண்டு பார்க்க முடியுமா? ஒவ்வொரு சிறுகதை எழுதுவதற்கு முன்பும் ஒரு பிசாசு என் கழுத்தை நெறித்துக் கொல்ல முயலும். இந்த முறை ஆண்டன் செகாவ் உருவில் பிசாசு ஒன்று என் சிந்தையைப் பிடித்தாட்டியது. எந்தக் கதையை எழுத செகாவ் உருவேற்றுகிறார்? ரயிலுக்கு வெளியே எதிர்திசையில் பின்னோக்கி ஓடும் வானத்தையே, இமை மூடாமல் வெறித்துப் பார்த்துக் கொண்டிருந்தேன்.

“சிவாஜி பிறந்தநாள் அக்டோபர் ஒண்ணு...
எம்மார் ராதா பிறந்தநாள் ஏப்ரல் பதினேழு...
எம்ஜியார் பிறந்தநாள் ஜனவரி பதினேழு...
கருணாநிதி பிறந்தநாள் ஜூன் மூணு...”

திடீரென ஒரு கம்பீரமான குரல், ஆகாயத்தில் கரைந்து போன என் பார்வையை வம்படியாக ரயில் பெட்டிக்குள் இழுத்து வந்தது. ஆகர்ஷிக்கும் கனத்த தொனியைக் கேட்டவுடன் பயணிகளும் சத்தம் வந்த திசையில் எட்டிப் பார்த்தனர். நான் அமர்ந்திருந்த பெட்டியின் எதிர்முனையில் இருந்து கத்திக் கொண்டே வந்த அவர், ஒரு யாசகர் போலத் தெரிந்தார். மனப்பிக்கு கொண்டவரைப் போலவும் தெரிந்தார். மனநலம் பாதிக்கப்பட்டவர் இத்தனை பேருடைய பிறந்த நாட்களை நினைவில் வைத்துக்கொள்ள முடியுமா? ஆனால் யாரிடமும் யாசகம் கேட்காமல் பிறந்தநாட்களைக் கூறிக்கொண்டே வந்தார்.

யாசகம் பெறுவதற்கான பாத்திரமோ வேறு எந்தச் சுமையோ அவரிடம் இல்லை. பயணிகள் யாரும் எதுவும் அவருக்குக் கொடுக்கவில்லை. அவரைக் கண்டுகொள்ளாதது மட்டுமல்ல, அவரைப்பார்த்து அருவருப்பாகவும் முகம் சுளிக்கவும் செய்தனர். சிலர் கைக்குட்டையால் மூக்கைப் பொத்திக் கொண்டனர்.

எத்தனையோ முகங்கள், இந்த ரயில் பயணத்தில் எனக்குச் சினேகிதம். காலையில் வேலைக்குப் போகும் போது, காஸ்ட்லியான உடைகளை நேர்த்தியாக அணிந்து, லெதர் பேக்கில் லேப்டாப்பை வைத்து வேலை செய்து கொண்டே, செல்ஃபோனில் ஆங்கிலத்தில் கட்டளையிடும் கனவான்கள், வேலை முடிந்து மாலை வீடு திரும்பும் போது அதே கனவான்கள், ரயில் பெட்டியின் வாசலின் தரையில் அமர்ந்து, குடிபோதையில் குடும்ப உறுப்பினர்களை வசவுகளால் குளிப்பாட்டி உளறிக் கொண்டே வருவதைப் பார்த்திருக்கிறேன். உடல் திடகாத்திரமான, கண் பார்வையற்ற, உடல் ஊனமுற்ற... இப்படி ஏராளமான யாசகர்களையும், சில்லறை வியாபாரிகளையும், சிறுவர்களைக் குட்டிக்கரணம் அடிக்கவைத்துப் பிழைப்பு நடத்தும் பெற்றோர்களையும் பார்த்திருக்கிறேன். இதுவரை யார் மீதும் ஏற்படாத நேச உணர்வு, இந்த யாசகர் மீது திடீரென எனக்கு ஏற்பட்டது. அதற்குக் காரணம் அந்தக் குரலும் பிரபலங்களின் பிறந்தநாட்களைக் கூறியதாலும் இருக்கலாம். இருந்தாலும் அவரின் தோற்றம்தான் என் கவனத்தை ஈர்த்தது. நான் அமர்ந்திருந்த இடத்திலிருந்து அவரை முழுமையாகப் பார்க்க முடிந்தது.

நெடுநெடுவென வளர்ந்த, நல்ல கட்டுமஸ்தான உடல்வாகு. கருத்த முகத்தில் புடைத்துச் சிவந்த கண்கள். மொட்டையடித்த சில நாட்களுக்குப் பின், தன் விருப்பத்துக்கு ஏற்ப வளர்ந்த கொஞ்சம் முடியுடன் தலை. இதெல்லாம் அவரை ஒரு கோபக்காரரைப் போல காட்டியது. அரைக்கை வெள்ளைச் சட்டை. ஈரத்துடன் தொடைகளில் ஒட்டிப்போயிருந்த வெள்ளை வேஷ்டி. வெள்ளை உடைகள் மஞ்சள் வண்ணத்தை ஏற்கத் தொடங்கியிருந்தன. செருப்பு அணியவில்லை. யாரிடமும் யாசகம் கேட்காமல் அவர் முன்னேறிக் கொண்டே வந்தார். எல்லாப் பிச்சைக்காரர்களையும் போல இவரும் ஓர் ஆள், அவ்வளவுதான் என்பது போல பிற பயணிகள் வழக்கம் போல மொபைலை தழுவித் திளைத்தனர். யாரும் அவரைச் சட்டை செய்யவில்லை.

அடுத்தடுத்த நிறுத்தங்களில் இன்னும் சிலர் ஏற அந்தப் பெட்டியின் இருக்கைகள் அனைத்தும் நிரம்பின. மளிகைக் கடையில் முட்டை அடுக்கும் தட்டில் முழுவதுமாக முட்டைகள் வைக்கப்பட்ட பின் தரும் தோற்றத்தை ஒத்திருந்தது நான் அமர்ந்திருந்த பெட்டி. பச்சை கலர் ஜிப்பா, கறுப்பு கலர் தொப்பி, சீராக கத்தரிக்கப்பட்ட தாடி சகிதம் ஒருவர் மட்டும் இடது வாசலில் நின்று கொண்டிருந்தார். இருக்கை இருந்தாலும் அவர் அமருவதை இதற்கு முன்பும் நான் பார்த்ததே இல்லை. கத்தி, அரிவாள் போன்ற கருவிகளைக் கூர்மைப்படுத்தும் சாணை பிடிக்கும் கருவியோடு அவர் இருக்கையில் அமருவது சிரமம் என்பதால் நின்று கொண்டேதான் பயணிப்பார் போல...

“நம்பியார் பிறந்தநாள் மார்ச் ஏழு...
ஜெய்சங்கர் பிறந்தநாள் ஜூலை பண்ணண்டு...
முத்துராமன் பிறந்தநாள் ஜூலை நாலு...
அறிஞர் அண்ணா பிறந்தநாள் செப்டம்பர் பதினைஞ்சி...”

சோர்வோ சலிப்போ பிசிறோ இன்றி அவருடைய குரலின் டெசிபல் ஒரே அளவில் இருந்தது. அவர் இருக்கைகளைத் தாண்டி வர வர, பயணிகள் மூக்கைப் பொத்திக் கொண்டு நெளிந்தனர். சாணை பிடிக்கும் வியாபாரி அவரின் சட்டைப் பையில் ரூபாய் நோட்டொன்றைத் திணித்தார். அதைப்

பற்றிய பிரக்ஞையே இல்லாமல் நகர்ந்து கொண்டே இருந்தார் பிறந்தநாட்களைக் கூறிக் கொண்டே...

அரசியல், கலை உலக பிரமுகர்களின் பிறந்தநாட்களை அடுத்தடுத்து சொல்லிக் கொண்டே வந்தார். அவர் கூவும் தேதிகளை கூகுளில் சரிபார்க்க மொபைலை எடுத்தேன். அண்ணா, கருணாநிதி பிறந்தநாள்களைச் சரியாகச் சொன்னதால், மற்ற தேதிகளும் சரியாகத்தான் இருக்கும் என சமாதானமடைந்தேன். சொல்லியதை அவர் திரும்பச் சொல்லவில்லை. பிரபலங்களின் பிறந்தநாள் பட்டியல் நீண்டுகொண்டே சென்றது.

எனக்கு ஆச்சரியம் தாங்க முடியவில்லை. எப்படி இத்தனை தேதிகளையும் நினைவில் வைக்க முடிகிறது... என் நண்பன், ராமானுஜ ஐயங்காரின் மகன் பரத்வாஜ் நினைவுக்கு வந்தான். கல்லூரி நாட்களில் ஏராளமான லேண்ட்லைன் நம்பர்களை மிகச் சரியாகச் சொல்லுவான். பக்தி மயமான பரத்வாஜ் முகத்தை இந்த யாசகரின் முகத்தில் பொருத்தினேன். திடீரென ஓர் உதிப்பு ஏற்பட்டது. இவர் சொன்ன பிரபலங்களில் பெண் பிரபலங்களின் பெயர் இல்லையே... ஏன்? என்ன காரணம்?

ரோபோ மாதிரி பிறந்தநாட்களை கூறிச் செல்லும் வினோத மனிதனைப் பற்றி ஒரு சிறுகதை எழுதலாம் போல... ஆர்வம் எட்டிப்பார்க்க, ஆண்டன் செகாவ் தந்த கண்ணாடியை அணிந்து இவரைப் பார்க்க ஆயத்தமானேன். முதலில் அவருக்கு ஒரு பெயரைச் சூட்ட விரும்பினேன். நடிகர் மோகனின் குரலை நினைவுபடுத்தியதால், இவருக்கு மோகன் எனப் பெயர் வைக்கலாம். வெறும் மோகனா? அவருடைய வயதைத் தோராயமாகக் கணக்கிட்டால் வெற்றியைத் தொட்டு, வாழ்வில் ஏதோ ஒரு திருப்பத்தில் மனம் பிசகியிருக்கலாம் என்றுதான் எனக்குப்பட்டது. அந்த வெற்றி இப்போது இல்லையே... இருந்தாலும் முரண்நகையாக 'ஜெயம்' என்ற பெயரை மோகனுக்கு முன்பாகச் சேர்த்துக் கொள்ள முடிவு செய்தேன்.

என்ன பிரச்சினையால் இவர் மனநலன் பாதிக்கப்பட்டிருக்கும்? மொட்டை அடித்து முடி வளர்ந்திருக்கிறதென்றால், சிகிச்சை எடுத்துக் கொண்டு வீட்டுக்குத் திரும்பிய பின் குடும்பத்தினர் ஏற்றுக் கொள்ளவில்லையா? அரசியல், திரைத்துறையைச் சார்ந்தவர்களோடு நெருக்கம் கொண்டவராக இருப்பாரோ

அல்லது அவர்களோடு தொடர்புள்ள தொழில் எதுவும் இவர் செய்து வந்திருப்பாரோ? சென்னைவாசிதானா? உச்சரிப்பு, உடை, தோற்றம் - தமிழகத்தின் எந்தப் பகுதியைச் சேர்ந்தவராக இவர் இருப்பார்? ஒவ்வொன்றாகப் புனைவாக்கி ஒரு சிறுகதைக்கான கருவை மனத்தில் இருத்தினேன்.

அவர் அருகில் வர வர மூத்திர நாற்றம் தாங்க முடியவில்லை. மூச்சைப் பிடித்துக் கொண்டேன். அந்த நாற்றத்தைச் சுவாசித்தால், மூத்திரத்தையே விழுங்கியது போல, உடல் கூசியது. அவரிடமிருந்துதான் அந்த நாற்றம் வந்ததை உணர்ந்தேன். இன்னும் என் அருகில் அவர் வரவில்லை.

"இந்த மாதிரி பிச்சைக்காரங்களை ஏன் ட்ரெயின்ல ஏத்துறாங்க? ஆர்பிஎஃப் போலீஸ் என்ன பண்றாங்க? பேஸஞ்சர்சுக்கு கஷ்டமா இருக்குமோல்லியோ..."

என் எதிர் இருக்கையில் இருந்த பெண் கோபமாகக் கத்தினார். மொபைலில் காதுகளைச் செருகாதவர்களெல்லாம் அந்தப் பெண்ணைத் திரும்பிப் பார்த்தனர். ஐம்பதுகளில் இருந்த அவர் பட்டுச் சேலை, மல்லிப்பூ சகிதம் முகூர்த்த நாளைச் சிறப்பிக்க திருமண நிகழ்வொன்றிற்குப் போவது போலத் தெரிந்தது. வாயைத் திறக்காமலும் மூச்சை விடாமலும் அந்த அம்மாவைப் பார்த்துச் சின்னதாக இளித்தேன்.

"நான் ட்வீட் போடுறேன், சதர்ன் ரெயில்வேய டேக் பண்ணி..."

சொல்லிக் கொண்டே பின்னால் திரும்பி, ஒரு கையால் மூக்கைப் பொத்திக் கொண்டு, இன்னொரு கையால் மொபைலில் அவரை போட்டோ எடுத்தார். இதையெல்லாம் அந்த யாசகர் கவனிக்கவே இல்லை என்றுதான் சொல்ல வேண்டும். தொடர்ந்தும் பிறந்த நாட்களைச் சொல்லிக் கொண்டே எங்களைக் கடந்து அடுத்த பெட்டிக்குச் சென்றார்.

மாம்பலம் நிறுத்தம் வர, இறங்கி மூச்சை இழுத்துவிட்டேன். இவ்வளவு நேரமும் கவனம் பெறாமல் போன மொபைலை பதற்றத்தோடு எடுத்து நலம் விசாரிப்பது போல, வாட்ஸ்அப்பை திறந்தேன். ரோஹினி வெங்கட்ராமன் மேடம் கால்

பண்ணியிருந்தார். அறிமுகமான புதிதில் வாட்ஸ்அப்பில் காட்டிய அவர் பெயரை அப்படியே பதிவு செய்து வைத்திருந்தேன்.

"மேம் கால் பண்ணியிருந்தீங்க... இன்னிக்குக் கடைக்கு வர்ரீங்க தானே..."

"யெஸ் மால்கம் சார், வந்திடுவேன். கன்ஃபார்ம் பண்ணத்தான் கால் பண்ணினேன்..."

ரோஹினி மேடத்தின் குரலைவிட நாய்களின் குரல்தான் பின்னணியில் மிகைத்தது. அபஸ்வரத்தோடு நாய்களின் கச்சேரி அரங்கேறுவதை வைத்து, தற்போது அவர் எங்கு இருக்கிறார் என்பதைப் புரிந்து கொண்டேன். தன்னோடு பணிபுரியும் பெண்களையும் இன்று கடைக்கு அழைத்து வருவதாகக் கூறியிருந்தார். அவர்களுக்காகப் புதுப்புது மாடல்களை பிரத்யேகமாக எடுத்துவைப்பதாக நான் வாக்கு கொடுத்திருந்தேன்.

"கடைக்குப் போயிட்டீங்களா சார்...?"

"ஆன் தி வே மேம்"

"ஓகே ஓகே அரவுண்ட் லெவன் தர்ட்டி வி வில்பி தேர்..."

"ஒரு முக்கியமான விஷயம்... உங்க கடைக்கு நான் ஆர்னமெண்ட்ஸ் சப்ளை பண்றது எங்க ஆஃபிஸ்ல யாருக்கும் தெரியாது..."

ரோஹினி மேடத்துக்கு குடும்பத்தில் ஒரு வாழ்க்கை, அலுவலகத்தில் ஒரு வாழ்க்கை, பாண்டி பஜாரில் ஒரு வாழ்க்கை போல... ஒவ்வொரு இடத்திலும் வெவ்வேறு முகம், காகிதம் மாதிரி. ரிசர்வ் பேங்க் அச்சகத்தில் அடித்தால் பணம், தினத்தந்தி அச்சகத்தில் அடித்தால் செய்தி, எதுவுமே அச்சடிக்கவில்லையென்றால் டிஷ்யூ பேப்பர்.

"ஓகே... மேம்... நான் மட்டும் அட்டெண்ட் பண்றேன்... மத்த ஸ்டாஃப்ஸ்லாம் கடைக்கு வர்ர மத்த கஸ்டமர்ஸ அட்டண்ட் பண்ற மாதிரி ஓனர்ட்ட சொல்லிடுறேன்..."

"தேங்ஸ் மால்கம்..."

நகரிலேயே பிரம்மாண்டமான கடை மட்டுமல்ல, பிரபலமான கடையும்கூட நான் வேலை செய்யும் இமிடேஷன் ஜுவல்லரி கடை. தங்க நகைக்கடைகளில் கிடைப்பதைவிட அழகழகான டிசைன்களில் தரமான கவரிங் நகைகள் எங்கள் கடையில் கிடைக்கும். பஜாருக்கு வரும் பெண்கள் எங்கள் கடைக்குள் வராமல் செல்ல மாட்டார்கள். பெரும்பாலான வாடிக்கையாளர்கள் ஏதாவதொரு நெக்லஸை, செயினை கழுத்தில் மாட்டி, 'அவ போட்டிருக்கிறதவிட இது நல்லா இருக்குல்லடி…' என்று சொல்வதை அடிக்கடி கேட்டிருக்கிறேன். எதையும் வாங்குகிறார்களோ இல்லையோ, வந்து, அணிந்து, அழகு பார்த்துவிட்டு அந்தப் பொருட்களை வாங்காவிட்டாலும்கூட மகிழ்ச்சியாக ஆசுவாசமாகிக் கொள்வதைக் குறும்புடன் நான் வேடிக்கை பார்ப்பதுண்டு.

கடையை நோக்கி நடந்து கொண்டே, ஆண்டன் செகாவ் பார்வைக்குள் இப்போது ரோஹினி மேடத்தை இழுத்து வந்தேன். தாம்பரத்தில்தான் அவருக்கும் வீடு. ஞாயிற்றுக்கிழமைகளில் காலை 6 மணிக்கெல்லாம் பெசன்ட்நகர் கடற்கரைக்கு காரில் சென்று, அங்குள்ள நாய்களுக்குத் தன் கைகளாலேயே இறைச்சிகளைக் கொடுப்பது ரோஹினி மேடத்தின் வழக்கம். இதற்காகச் சனிக்கிழமை இரவே ஆட்டுக்கறி, கோழிக்கறி என விதம்விதமாக வாங்கி வைத்துவிடுவார். நாய்களுக்குத்தானே என இறைச்சிக் கழிவுகளை வாங்குவதில்லை.

"நானே நாய்களுக்கு ஊட்டி விடுவது சந்தோசமா மனசுக்கு நிம்மதியா இருக்கும் மால்கம்…" ஒருமுறை என்னிடம் இப்படி கூறும்போது, குழந்தைகளுக்கு உணவு ஊட்டுவது போல தாய்மையால் குழைந்தார்.

செகாவ் தந்த கண்ணாடியை அணிந்து ரோஹினி மேடத்தை பார்க்க காரணம் இல்லாமல் இல்லை. அவர் ரொம்ப கறாரான சைவப் பிரியர். இருந்தாலும் அசைவத்தோடு புழங்கும் அளவுக்கு, நாய்கள் மீது அவர் காட்டும் பாசத்தை நீங்கள் அவசியம் தெரிந்துகொள்ள வேண்டும். அப்போதுதான் செகாவ் கண்ணாடிப் பார்வையின் நியாயத்தைப் புரிந்துகொள்ள முடியும். எனக்கும் அவருக்குமான தொடர்பை முதலில் சொல்லிவிடுகிறேன். ஐந்து ஆண்டு கால நட்பு. நட்பு என்றால்

நட்புதான். என் வயதை ஒத்த அவரை நான் மேடம் என்றுதான் அழைக்கிறேன். 40களைத் தாண்டியிருந்தாலும் வயதானவர் போலத்தான் தெரிவார்.

ரோஹினி மேடம் ஐடி நிறுவனமொன்றின் ஹெச்.ஆர். வீட்டுக்காரர் பிரபல வழக்கறிஞர். சொத்து சுகத்துக்குக் குறைவில்லை. ஆனாலும் ரோஹினி மேடத்தின் உடையலங்காரம் ரொம்ப சாதாரணமாகத்தான் இருக்கும். சோகத்தின் நிழலிலேயே காலம் தள்ளுவதை அவர் அணியும் உடைகள் காட்டிக் கொடுத்துவிடும். அதைவிட அவர் முகத்தில் படிந்திருக்கும் துயரத்தின் சாயலை யாரும் எளிதாகக் கண்டுபிடித்துவிடலாம். அதை மறைக்க, சிரித்து சிரித்துப் பேசுவதை இயல்பாக்கிக் கொண்டார் என்றுதான் சொல்ல வேண்டும். ஆனாலும் கண்கள் காட்டிக் கொடுத்துவிடுமல்லவா... மனிதர்களிடம்தான் இயல்புக்கு மீறி வலிந்து சிரிக்க முடியும். தனிமையில் அந்தக் கவலை அவரை வாட்டி வதைத்துக் கொண்டேதான் இருந்தது. அந்த வாட்டம் மிகைத்துக் கண்களிலேயே தங்கிவிட்டதால், அவர் கண்கள் எப்போதுமே சிரித்தது கிடையாது.

முதன்முறையாக அவர் எங்கள் கடைக்கு வந்த போது, பாசி மணிகளைக் கொண்டு நுணுக்கமான வேலைப்பாடுகளுடன் கலைநயமிக்க கழுத்து மாலை செய்திருப்பதாகவும் அதை விற்றுத்தர முடியுமாவென்றும் கேட்டார். வேலை வெட்டியில்லாத இந்த அம்மா நம்மிடம் எதையாவது தள்ளிவிடப் பார்ப்பதாக, அவர் கொண்டுவந்த செயின்களை வேண்டாமென முதலாளி கூறிவிட்டார். அதைப் பெரிதாக எடுத்துக் கொள்ளாத அவர், கடைக்குள் வந்து கவரிங் நகைகளைப் பார்த்தார். அப்படியே என்னிடம் பேச்சு கொடுத்துத் தன்னிடம் உள்ள கழுத்து மாலையைக் காட்டினார். அதனுடைய வேலைப்பாடு எனக்கு பிடித்திருந்தது, கஸ்டமர்ஸ் இதை விரும்பி வாங்குவார்கள் எனக் கணக்கு போட்டேன். முதலாளியைச் சரிக்கட்டி, வாங்கிக் கொள்வதாக உறுதியளித்தேன். எதையோ சாதித்துவிட்டது போல, அப்போது அவர் கண்களால் மெலிதாகச் சிரித்தார். அந்தச் சிரிப்பை அவரிடம் பின்பு நான் எப்போதும் கண்டதில்லை. இப்படித்தான் எனக்கும் ரோஹினி மேடத்துக்குமான நட்பு தொடங்கியது.

வாரா வாரம் ஏதாவது புதுப்புது டிசைன்களில் அணிகலன்களைச் செய்து கொண்டு வருவார். அவர் கொண்டு வருவது அத்தனையும் நல்ல விலைக்கு விற்றது. எப்படித்தான் இதையெல்லாம் செய்வதற்கு இந்த மேடத்திற்கு நேரம் கிடைக்கிறதோ என முதலாளி அங்கலாய்த்துக் கொண்டார். ஆனால், அதன் ரகசியம் எனக்கு மட்டுமே தெரியும். ரகசியம் என்பதைவிட சோகம் என்றுதான் சொல்ல வேண்டும்.

ஒரு நாள் கடையில் வைத்து, என் காதுகளில் மட்டும் விழுவது போல மெதுவான குரலில் சொன்னார்.

"எனக்குக் குழந்தை இல்லை மால்கம்... தனிமையில இருக்கும் போது, என்னைய வாட்டும் கவலை தெரியாம இருக்கத்தான், இந்த மாதிரி ரொம்ப மெனக்கெட வேண்டிய பொருட்களை, கவனத்தைச் செலுத்தி செஞ்சி, கவலையே இல்லாத மாதிரி வாழ்ந்திட்டு வர்ரேன் மால்கம்..."

உள்ளத்தின் ஆழத்தில் கிடந்து அரிக்கும் அந்தச் சோகத்தை என்னிடம் பகிர்ந்துகொள்ள அவர் தயங்கவில்லை. கடையில் வேறு யாரிடமும் இதைச் சொல்லிவிட வேண்டாம் என்றும் கேட்டுக் கொண்டார். கல்லறையை உள்ளிருந்து திறக்க முடியுமா? என் உள்ளம் கல்லறை மாதிரி. ரகசியம் இங்கு காக்கப்படும் என மனதுக்குள் சொல்லிக் கொண்டேன்.

"என்ன மால்கம்... என்னோட இந்த ஸ்பெஷல் ட்ரீட்மெண்ட் சரிதானே..." சொல்லிவிட்டுத் தொண்டையை அடைத்த பாரத்தைச் சரி செய்வது போல வழக்கமாக உதிர்க்கும் ஆயத்த சிரிப்பை உதிர்த்தார்.

அதிர்ச்சியில் உறைந்து போய் அவர் முகத்தையே பார்த்தேன். கண்களை மூடி நாடியை இடது பக்கமாக உயர்த்தி, மெலிதாகச் சிரித்தவாறே கண்களைத் திறந்து, "வாழ்க்கை அப்டியே போகுது..." என்றார். என் மீது ஏதோ ஓர் அபிப்ராயத்தில் குழந்தை இல்லாத குறையை, ரகசியத்தை என்னிடம் சொல்லிவிட்டார். இந்தச் சோகம்தான் ரோஹினி மேடத்தை செகாவ் தந்த கண்ணாடி வழியாகப் பார்க்க என்னைத் தூண்டியது.

கடை திடீரெனப் பரபரப்பானது. 20-க்கும் மேற்பட்ட இளம் பெண்கள். விதம்விதமான உடையலங்காரத்தில் எங்கள் ஷோரூமுக்குள் ஏறியதும் பஜாரில் உள்ள இளவட்டப் பணியாளர்களின் கண்களெல்லாம் எங்கள் கடையை மொய்த்தன.

"இவர்தான் மால்கம்... உங்களுக்குத் தேவையானத சார்ட்ட கேளுங்க..."

என்னை அறிமுகப்படுத்திய ரோஹினி மேடம், வெள்ளித் திரையில் கதாநாயகிகளாக நடித்துக் காணாமல் போய், சின்னத் திரை சீரியல்களில் பந்தாவாக வரும் அழகான வில்லியைப் போல ஆடை அணிந்திருந்தார். வெண்ணிலா ஐஸ் க்ரீம் கலரில் இருக்கும் அவர், நாவல் பழ கலரில் அணிந்து வந்த சேலை, அவரின் வயதைக் குறைத்துக் காட்டியது. ஐந்து ஆண்டு கால நட்பில் இன்றுதான் இவ்வளவு அழகாகவும் மகிழ்ச்சியாகவும் அவரைப் பார்த்தேன். அவர் கலகலப்பாக இருக்கும் இந்த நேரத்தில், இத்தனை நாட்களாகத் தேக்கிவைத்திருந்த ஆவலை அவரிடம் வெளிப்படுத்திவிடுவது என முடிவு செய்தேன்.

கடையில் இருந்த புதுப்புது அணிகலன்களை வந்தவர்களுக்குக் காண்பித்தேன். வெள்ளியில் செய்யப்பட்டு கோல்ட் கவரிங் பூசிய நகைகள், விலை கொஞ்சம் அதிகம் என்றாலும் தங்க நகையைப் போலவே மின்னுவதோடு, மற்ற கவரிங் நகைகளைப் போல உடனே பல்லிளிக்காமல் கொஞ்ச காலம் கூடுதலாகக் கிடக்கும். அந்த வகை ஆபரணங்களையே வந்த இளம் நங்கையர் அனைவரும் அள்ளினர்.

இளம்பெண்களில் சிலர் ஆர்வமிகுதியில் கண்ணாடி வளையல்களைப் பார்த்ததும் எடுத்து மாட்டி உடைத்தனர். ஒத்த ஒத்த வளையல்களாக அணிந்தால் கண்ணாடி வளையல் உடைந்துவிடும். கண்ணாடி வளையல்களை உடையாமல் அணியும் வித்தையை அவர்களின் கைகளைப் பிடித்து வளையல்களை அணிவித்து கற்றுக் கொடுத்தேன். இளம்பெண்களுக்கு வளையல் மாட்டிவிட வாய்ப்பு கிடைக்காத கடை ஊழியர்களின் சாபத்துக்கு ஆளாவதையும் நான் கவனிக்காமல் இல்லை. வந்த அனைவரும் கண்ணாடி வளையல்களை மாட்டிக் கொண்டு, கும்பலாக என்னைச்

சூழ்ந்து கொண்டு செல்ஃபி எடுத்தனர். இளம்பெண்கள் சூழ நிற்க நான் கொஞ்சம் சங்கடப்பட்டுத்தான் போனேன்.

என்னிடம் பேச வாய்ப்பு கிடைத்த எல்லோருமே, ரோஹினி மேடத்தின் சிறப்பம்சத்தைச் சொல்லி ஏதாவதொரு வகையில் அவரைப் பாராட்டிக் கொண்டே இருந்தனர். ரோஹினி மேடம் பற்றி எனக்கு எதுவும் தெரியாது என நினைத்துக் கொண்டனர். ரத்ததானம் செய்வது, ஏழைக் குழந்தைகளின் கல்விக்கு உதவுவது... இப்படி சமூகம் தெரிந்து வைத்திருப்பது முதல், தெரியாத சமூக சேவைகளையும் ரோஹினி மேடம் செய்து வருவதாகப் புகழ்ந்தனர். எனக்குள் ஆர்வம் அதிகரித்தது. அடுத்த சிறுகதை ரோஹினி மேடத்தை மையமாக வைத்துத்தான் எழுத வேண்டும், அதுவும் முழுக்க முழுக்க உணர்வுகளும், உளவியலும் சார்ந்து எழுத வேண்டும் என முடிவு செய்தேன். அதேசமயம், என் உள்ளத்தை அரித்துக் கொண்டிருப்பதைக் கேட்டுவிட சாதகமான தருணத்தை எதிர்பார்த்தேன்.

எல்லோரும் வெளிச்சம் மிகுந்த இடத்தில் செல்ஃபி எடுத்துக் கொண்டிருந்தனர். உற்சாகமாக நேரம் போக்கியதால், மகிழ்ச்சியின் உச்சத்தில் இருந்த ரோஹினி மேடத்துக்கு, சேலைக்குப் பொருத்தமாக அடர் சிவப்பு வண்ண கண்ணாடி வளையல்களை இரண்டு கைகளிலும் போட்டுவிட்டேன். என் அருகில் தனியாக இருந்த அவரிடம் தயக்கத்தைவிட்டு கேட்டேவிட்டேன்.

“மேடம் நீங்க ஏன் ஒரு குழந்தையைத் தத்து எடுத்து வளர்க்கக்கூடாது?”

“ஆமாப்பா... என் வீட்டுக்காரர்கூட அடிக்கடி கேப்பாரு... நான்தான் வேண்டாம்னு சொல்லிட்டேன்... அவரும் இந்தப் பேச்ச இப்ப எடுக்குறதில்ல...”

இதை அவர் சொல்லிய விதம் எனக்கு வியப்பாக இருந்தது. குழந்தை பற்றிய பேச்சில், முதன்முறையாக அவர் முகத்தில் வழக்கமாகக் காணும் துன்பச் சலனத்தை நான் பார்க்கவில்லை.

“ஏன் மேடம்...?”

"என்ன சாதியோ, என்ன ரத்தமோ... யாருக்குத் தெரியும்... அதனால வேண்டாம்னு சொல்லிட்டேன்..."

படபடவெனச் சொல்லிவிட்டு ஓடிச்சென்று, செல்ஃபி எடுப்பதில் மும்முரமாக இருந்த சக பணியாளர்களோடு ஒட்டிக் கொண்டு வலுக்கட்டாயமாக உதட்டை இழுத்துச் செயற்கை சிரிப்பை செல்ஃபியாக்கினார். ரோஹினி மேடம் கதையை எழுதுவதென்று தீர்மானித்து அதற்கு ஒரு தலைப்பையும் மனதில் இறுதி செய்தேன். அந்தத் தலைப்பு என்னவாக இருக்குமென நீங்களே யூகித்துக் கொள்ளுங்கள்.

□ நடுகல் இணைய இதழ், நவம்பர் 2023.

FiCoFE

தலைமைச் செயலகம்.

காலை 9 மணிக்கு மேல், பாதுகாப்புக்கு நின்றிருந்த காவலர்களுக்கு மத்தியில் திடீரெனப் பதற்றம் அதிகரித்திருந்தது. அன்று ஞாயிற்றுக்கிழமை என்பதால், காவலர்களிடம் இருந்த பரபரப்பு எதுவுமின்றி ஊடகவியலாளர்களின் அறை கிடந்தது.

அறையின் சுவரில் மாட்டப்பட்டிருந்த பேசும் மின் உயிரி, மவுனமாகச் செய்திகளை உமிழ்ந்து கொண்டிருந்தது. தொலைக்காட்சி திரையில் ஓடிக் கொண்டிருந்த வரிச் செய்திகளை பார்த்துக் கொண்டே, செய்தியாளர்கள் வழக்கம் போல அரசு வட்டார போக்குகளை அசை போட்டுக் கொண்டிருந்தனர்.

"நவ்ரங், வா ஒரு செல்ஃபி எடுத்துக்கலாம்..." செய்தியாளர் ஐவணம் வற்புறுத்தினார். "இன்னிக்கு என்ன நியூஸ் இருக்கப் போகுது...? வா, டிஃபன் முடிச்சிட்டு, அப்படியே செல்ஃபி எடுத்துக்கலாம்..."

முகநூலில் செல்ஃபியை பதிவேற்றினார் நவ்ரங். அவரின் டைம் லைனில் இது மாதிரி உணவக செல்ஃபிக்கள் பிரபலம்.

காலை 10 மணிக்கு மேல், தலைமைச் செயலக ஊடக அறையில் இருந்த சில செய்தியாளர்கள் திடீரெனத் தலைமறைவாகினர்.

நண்பர்கள் ஒன்றாக இருக்கும் போது, சிநேகிதியிடமிருந்து தொலைபேசி அழைப்பு வந்தால் பாந்தமாக நழுவுபவனைப் போல அல்லாமல், எந்த ஜீவனும் அருகில் வந்துவிடக் கூடாது என, இரையைக் கவ்விக் கொண்டு தனியாக மறைவிடம் தேடி

ஓடும் உயிரினம் போல, செல்போனை எடுத்துக் கொண்டு சில செய்தியாளர்கள் மறைந்தனர்.

அவர்களுக்குப் புது தகவல் கிடைத்திருந்தது. உடனே தங்கள் அலுவலகத்துக்கு பிரேக்கிங் நியூஸை ரகசியமாகச் சொல்லிக் கொண்டிருந்தனர்.

முதல்வர் அறையில் திடீர் ஆலோசனைக் கூட்டம். இதுதான் அந்த ஸ்கூப் நியூஸ். முதல்வர் ஆலோசனை என்பது சாதாரண நிகழ்வுதான். ஆனால், விடுமுறை தினத்தில் நடந்த அவசரக் கூட்டத்தில் பங்கேற்றவர்களால், இந்தச் செய்தி முக்கியத்துவம் பெற்றுவிட்டது.

சில நொடிகளில் செய்தியாளர்கள் அறையில் இருந்த தொலைக்காட்சி திரையிலும் அந்த வரிச் செய்தி தவழ்ந்தது. செய்தியாளர் நவ்ரங் வேலை செய்யும் சேனல் அது.

இதனைப் பார்த்த ஐவணம் சற்று துணுக்குற்றார். இருந்தாலும் ரொம்பவும் அலட்டிக் கொள்ளாமல், செய்தியறையைவிட்டு வெளியே வந்து தனது தகவலாளியை அழைத்து, "கன்ஃபார்மா சார்.." விஷயத்தைச் சொல்லிக் கேட்டார்.

"ஆமாம் மேடம்" காவல்துறை அதிகாரி ஐவணத்திடம் அந்தத் தகவலை உறுதிப்படுத்தினார்.

"ஏன் சார் முன்னாடியே சொல்லல... முக்கியமான மீட்டிங் தானே?"

"திடீர்னு எதுக்கு இந்த மீட்டிங்னு தெரியல மேடம், டிஜிபி உள்ள வரும் போதுதான் எங்களுக்கே தெரியும்..." *Pro People TV* சேனலின் இளம் செய்தியாளர் ஐவணம், அவசரப்படாமல், அந்தத் தகவலை ஊர்ஜிதப்படுத்திவிட்டு, தனது நிறுவனத்திற்குத் தெரிவித்தார்.

> *விடுமுறை தினத்தில் @CMOTamilNadu தலைமையில், டிஜிபி, தேசிய புலனாய்வு முகமை அதிகாரிகளுடன் அவசர ஆலோசனை #SUNDAY_MEETING*

ட்விட்டரில் செய்தியைப் பதிவிட்டார் ஐவணம்.

மீண்டும் செய்தியறைக்கு வந்த ஐவணம், நவ்ரங்-கை முறைத்துப் பார்த்தார்.

“ஏன் சிஎம் மீட்டிங் பத்தி சொல்லல...”

“சொல்லணும்னு தோணல...” நவ்ரங் சமாளித்தார்.

இருவரும் வெவ்வேறு சேனல்களில் வேலை செய்தாலும் தலைமைச் செயலக செய்தியாளர்கள் என்ற வகையில் நல்ல நெருக்கம்தான். தவிர இருவருமே, “முற்போக்கு ஊடகவியலாளர்கள் மையம்” அமைப்பிலும் இணைந்து பணியாற்றுகின்றனர். இருந்தாலும் நிறுவனங்களின் தொழில் போட்டி காரணமாக நட்பு தொடரும் போதே கீழறுப்பு வேலையும் தொடரும்.

கீரியும் பாம்பும், எலியும் பூனையும் இணைந்து பணியாற்றும் துறைதான் ஊடகம். கீழ்த்தரமான அரசியலுடன், யார் எப்போது முந்திக் கொண்டு எதிரியை வீழ்த்துவது என்று அலையும் நிழலுலக அடியாட்கள் போலத்தான் செய்தியாளர்கள்.

முதல்வர், டிஜிபி ஆகியோருடன் தேசிய புலனாய்வு முகமை (NIA) அதிகாரிகள் தலைமைச் செயலகத்தில் ஆலோசனை மேற்கொண்டனர். இதுதான் அந்தச் செய்தியின் முக்கியத்துவத்துக்குக் காரணம். ஆனால் எதற்காகத் திடீர் ஆலோசனை, ஏன் தேசிய புலனாய்வு முகமை அதிகாரிகள் தலைமைச் செயலகத்தில் முதல்வர், டிஜிபியுடன் விடுமுறை தினத்தில் ஆலோசனை செய்தனர் என்பதெல்லாம் உடனடியாகப் புலப்படவில்லை.

டிவி செய்தியாளர்கள் அத்துடன் அந்தச் செய்தியை மறந்துவிட்டனர்.

முந்தைய தினம் ஐவணத்திடம் பேசிய அதே உளவுத்துறை அதிகாரி, தற்போது அவரைத் தொலைபேசியில் அழைத்தார்.

“என்ன மேடம் மவுண்ட் ரோட்ல பிரச்சினை...?” அவரது குரலில் வெளிப்பட்ட பதற்ற உணர்ச்சி, பிரச்சினை பெரியது என்பதைக் காட்டியது.

“ஆமா சார்... மவுண்ட் ரோட் பிளாக் ஆயிடுச்சி. கிண்டில இருந்து, ஸ்பென்சர் வரைக்கும் பயங்கர டிராஃபிக் ஜாம்... இன்னிக்கு மண்டே வேறயா, எல்லா வெகிக்கிளும் இன்ச் பை இன்ச்சா நகருது...” ஊர்ந்து செல்லும் காரின் இயக்கத்தால் கடுப்பான ஐவணம் போக்குவரத்து நெரிசலை விவரித்தார்.

“அது இருக்கட்டும் மேடம்... என்ன பிரச்சினை...” டிஜிபி அலுவலகத்தில் இருந்து, தன்னுடைய உளவுக் குழுவினர் தரும் தகவல்கள் வழியே நகரைக் கண்காணித்துக் கொண்டிருந்த அந்த உளவுத்துறை உயர் அதிகாரி, அவருக்குக் கிடைத்த தகவலின் பின்னணியை அறிந்துகொள்ள செய்தியாளரிடம் விளக்கங்களை எதிர்பார்த்தார்.

சென்னை நகரின் தண்டுவடமான அண்ணா சாலையில், வாரத்தின் முதல் நாளில், அலுவலக நேரத்தில் ஏன் போக்குவரத்து நெரிசல் என்ற விவரம் அவருக்கு நன்றாகவே தெரியும். இருந்தாலும் தொலைக்காட்சி செய்தியாளரிடம், தனக்குக் கிடைக்காத தகவல் ஏதேனும் கூடுதலாகக் கிடைக்குமா என, ஐவணத்தின் வாயைப் பிடுங்கினார்.

இதனை நன்றாகப் புரிந்து கொண்ட ஐவணம் அரசுக்கு அந்தத் தகவல் தெளிவாகவே போய்ச் சேரட்டும் என, தனக்குக் கிடைத்த உண்மைத் தகவலைக் கொடுத்தாள்.

“ஈபி ஸ்டாஃப் போராட்டம். உங்களுக்குத் தெரிஞ்சிருக்கும்னு நினைக்கிறேன்...”

“ஆமா... அவங்க ஆஃபீஸ் முன்னாடி ஆர்ப்பாட்டம் நடத்த பெர்மிஷன் வாங்கியிருந்தாங்க...”

“அதான் இல்ல. நேத்து நைட்டே சைலண்ட்டா தமிழ்நாடு முழுக்க இருந்து, மின்வாரிய ஊழியர்கள் வந்து அங்கங்க தங்கியிருந்தாங்க. சண்டேங்கிறதால போலீஸ் பெரிசா இத கண்டுக்கல. அவங்க பிளான் ஆர்ப்பாட்டம்லாம் இல்ல. இது தெரியாததால போலீஸ் புரடக்சன் கம்மியா போட்டிருந்தாங்க...”

“ஓஹோ...”

வள்ளுவர் கோட்டம், டிபிஐ அலுவலகம், எத்திராஜ் காலேஜ் வழியாக வந்த ஐவணத்தின் கார், அதற்கு மேல் செல்ல வழியில்லை. போனில் பேசிக் கொண்டே காரிலிருந்து இறங்கிய ஐவணம், கேமராமேனையும் இறக்கி, ஓட்டமும் நடையுமாக அண்ணா சாலையை நோக்கி விரைந்தனர்.

“இப்ப... ரோட்ல உக்காந்திட்டாங்க. மவுண்ட் ரோடு தர்காவுல இருந்து, ஸ்பென்ஸர் வரை கொஞ்சம் கொஞ்சமா ரோட்டுல உக்காந்திட்டாங்க. அப்படியே எல்லா சைடும் ரோட் பிளாக் ஆயிடுச்சி...”

மூச்சிறைக்க நடந்து கொண்டே பதிலளித்தார்.

“திடீர்னு இவ்வளவு பெரிய போராட்டம் பண்ண என்ன பிரச்சினை ஈபி ஸ்டாஃப்ஸ்க்கு...”

“சார்... நான் குறுக்கு வழில ஸ்பென்ஸர் சிக்னலுக்கு நடந்தே வந்திட்டேன். லைவ்-ல நிக்கணும்... நியூஸ் முடிச்சிட்டுக் கூப்பிடுறேன். சாரி சார்...”

“ஓகேம்மா... மறக்காம கால் பண்ணுங்க...”

அவர் இணைப்பைத் துண்டித்த நிலையில் மற்ற சேனல் செய்தியாளர்கள் இருபது முறைக்கு மேல் ஐவணத்தை அழைத்திருந்தனர். எந்த நண்பருக்கும் ஐவணம் திரும்ப பதில் அளிக்கவில்லை.

ஸ்பென்ஸர் சந்திப்பிலிருந்து அண்ணா சாலை தர்கா வரை, அப்படியே சாலை முழுவதும் தலைகளும், தலைக்கு மேலே கொடிகளும் தெரிந்தன. சிவப்பு வண்ணம் காற்றில் கரைந்து, சாலையின் மேல் அசைந்தாடும் சிவப்புக் கம்பளம் வரவேற்பது போல காட்சியளித்தது. கடைகள் அடைக்கப்பட்டும் பாதி மூடாமலும் இயல்பற்ற நிலையையும் அறிவித்தது. எதிர் திசையில் போக்குவரத்து ஸ்தம்பித்துச் சென்னையின் திங்கள்கிழமை வாழ்க்கை அடியோடு முடங்கிவிட்டதையும் கவலையோடு அறிவித்தது அந்தக் கணம்.

பேருந்துகளில் இருந்து இறங்கிய பயணிகள், அருகிலுள்ள எழும்பூர் ரயில் நிலையத்துக்கு நடையைக் கட்டினர். ரயில்

மூலம் வேலைக்கோ அல்லது வீட்டுக்கோ செல்லலாம் என அவர்கள் ஒரு முடிவுக்கு வந்துவிட்டனர்.

ஆனால் போராட்டக்காரர்கள் எந்த ஒரு முடிவுக்கும் வரத் தயாராய் இல்லை.

எதற்காக இந்தப் போராட்டம்? - பல்வேறு தகவல்கள் சமூக ஊடகங்களில் வலம் வந்தன. அதுவே வரிச் செய்தியாகப் பல சேனல்களில் ஓடிக் கொண்டிருந்தது. களத்திற்கு ஐவணம் மட்டுமே சீக்கிரம் வந்திருந்தார். வேறு எந்தச் செய்தியாளரும் இன்னும் மின்வாரிய அலுவலகத்தை வந்தடையவில்லை.

இந்தப் பக்கம், ஸ்பென்ஸர் சிக்னலுக்கு முன்பாகவே போக்குவரத்து நிறுத்தப்பட்டிருந்ததைக் கவனித்த ஐவணம், எதிர்திசையில் இருந்த போராட்டக்காரர்களை 50 அடிகளுக்கு முன்பாகவே போலீஸார் தடுத்திருந்தனர். அந்தப் பகுதி முழுவதும் போலீஸார் குவிக்கப்பட்டிருந்ததை மொபைலில் பதிவு செய்து கொண்டார்.

நரம்பை அறுத்தவுடன் பீறிட்டு எழும் குருதி போல, திமிறி நின்ற போராட்டக்காரர்களை போலீஸார் தடுத்துநிறுத்தி அடக்கி வைத்திருந்தனர். போராட்டக்காரர்கள் அப்படியே சாலையில் அமர்ந்துவிட்டனர்.

> *சென்னை அண்ணா சாலையில் தூத்துக்குடியா? @CMOTamilNadu நேற்று நடத்திய திடீர் ஆலோசனைக்கு எதிர்வினையா? #EB_STAFF_AGITATION*

படங்களுடன் ட்விட்டர் பதிவைச் செய்தியாளர் ஐவணம் தட்டிவிட்டார்.

“எழில் அண்ணா... போலீஸ், டிராஃபிக் எல்லாத்தையும் ஷூட் பண்ணி, உடனே ஆஃபிசுக்கு அனுப்பிடுங்க...” ஒளிப்பதிவாளரிடம் சொல்லிவிட்டு, அங்கு சாதாரண உடையில் நின்றிருந்த உளவுத்துறை போலீஸிடம் பேச்சு கொடுத்த ஐவணம், எவ்வளவு போலீஸார் பாதுகாப்புக்கு வந்திருக்கிறார்கள், போராட்டக்காரர்கள் எவ்வளவு பேர் போன்ற எண்ணிக்கை சார்ந்த தகவல்களைச் சேகரித்தார்.

மின்வாரிய தொழிற்சங்க மாநில நிர்வாகிகள் இருக்கும் இடத்திற்கு, கூட்டத்தைப் பிளந்து கொண்டு வந்துவிட்ட ஜவணம் உடனடியாக, நேரலைக் கருவியை, தனது தொலைக்காட்சி நிலைய அலுவலகத்துடன் இணைத்துவிட்டு, நேரலை வழங்க கேமரா முன் தயாராக நின்றார். அவர் அருகில், தொழிற்சங்க மாநில தலைவர் ஏஜாஸ் பேட்டி கொடுக்க தயாராக இருந்தார்.

“வெல்லட்டும்... வெல்லட்டும்...

தொழிலாளர்கள் போராட்டம் வெல்லட்டும்...

மாநில அரசே மாநில அரசே

தனியாருக்குத் தாரை வார்க்காதே...

தனியாருக்குத் தாரை வார்க்காதே...

மின்வாரியத்தைத் தனியாருக்குத் தாரை வார்க்காதே...”

நேரலை வழங்க செய்தியாளர் தயாரானதை அறிந்த போராட்டக்காரர்களின் முழக்கங்களால் அந்தப் பகுதியில் பதற்றம் பற்றிக் கொண்டது. திடீரென வந்த சப்தத்தால் ஒட்டுமொத்த கூட்டமும் முழக்கங்களை உரத்து முழங்கியது.

அவர்களை அமர்த்திய தலைவர் ஏஜாஸ், அமைதி காக்குமாறு கேட்டுக் கொண்டார்.

“வெங்கட், இன்று காலை 9 மணி அளவில் அண்ணா சாலையில் உள்ள, மின்வாரிய அலுவலகத்தில் கூடிய தொழிற்சங்கத்தினர், பேரணியாக வந்தனர். சடுதியில் அவர்கள் சாலையில் அமர்ந்து போராட்டத்தில் ஈடுபட்டனர். இதனால் கடுமையான போக்குவரத்து நெரிசல் ஏற்பட்டுள்ளது. தொடர்ந்தும் அவர்கள் போராட்டத்தில் ஈடுபட்டு வருகின்றனர். போலீஸ் உயரதிகாரிகள் தொழிற்சங்க நிர்வாகிகளுடன் பேச்சுவார்த்தையில் ஈடுபட்டு வருகின்றனர். கடந்த ஒரு மணி நேரமாக இந்தப் பகுதியில் போக்குவரத்து முற்றிலும் துண்டிக்கப்பட்டிருப்பதால், அண்ணா சாலையில் அதாவது கிண்டியிலிருந்து இந்தப் பகுதி வரையில் போக்குவரத்து ஸ்தம்பித்துவிட்டது. அதேபோல, வடசென்னைப் பகுதியில் இருந்து நகரின் மையப் பகுதிக்கு வருபவர்களும் எதிர் திசையில் காத்துக்கிடக்கின்றனர். காலையில் வேலைக்குச் செல்பவர்களும் பள்ளி, கல்லூரிக்குச் செல்லும் மாணவர்களும் உரிய நேரத்துக்கும் செல்ல முடியாமல் தவித்து

வருகின்றனர்... வெங்கட்” கேமராமேன் முன்பு நின்ற ஐவணம் செய்தி வாசிப்பாளரோடு உரையாடத் தொடங்கியவுடன், அவர் நேரலையில் இணைந்துவிட்டார் என்பதை உணர்ந்த போராட்டக்காரர்கள், கையில் வைத்திருந்த மொபைலில் *Pro People TV* சேனலை ஆர்வமாகப் பார்த்தனர்.

“திடீரென இந்தப் போராட்டம் நடத்தக் காரணம் என்ன? அரசு சார்பில் அவர்களிடம் பேச்சுவார்த்தை நடத்தப்படுகிறதா? விரிவாகச் சொல்லுங்க ஐவணம்...” செய்தி வாசிப்பாளர் வெங்கட் கேட்டதை மொபைலில் பார்த்துக் கொண்டிருந்த மின்வாரிய ஊழியர்கள், இப்போது செய்தியாளரைப் பார்த்தனர்.

“மின்வாரிய தொழிற்சங்க மாநில தலைவர் ஏஜாஸ் நம்மோடு இருக்கிறார். ஏஜாஸ் சொல்லுங்க... திடீரென சென்னையின் மையப் பகுதியில் இவ்வளவு பெரிய போராட்டம் நடத்த என்ன காரணம்...?”

“சென்னைவாசிகள் இந்தச் சிரமத்தைப் பொறுத்துக் கொள்ள வேண்டும். இது எங்களுக்காக, மின்வாரிய ஊழியர்களுக்காக நடத்தப்படும் போராட்டம் இல்ல. மக்களுக்காக, தமிழ்நாட்டின் எதிர்கால நலனுக்காக நடத்தப்படும் போராட்டம் இது. சத்தமே இல்லாமல் தமிழக அரசு, முதலாளிகளுக்கு ஆதரவாக, மக்கள் விரோத முடிவை யாருக்கும் அறிவிக்காமல் செய்திருக்கிறது. கொஞ்சம் கொஞ்சமாக மின்வாரியத்தைத் தனியார்மயமாக்கி வந்த தமிழக அரசு, இப்போது மின்சார வாரியத்தையே கார்ப்பரேட்டுகளுக்குத் தாரைவார்த்துவிட்டார்கள்.”

“கார்ப்பரேட், தனியார் மயம் போன்ற உங்களோட வழக்கமான வார்த்தைகளில் இல்லாமல், போராட்டத்திற்கான காரணத்தை விரிவா சொல்லுங்க ஏஜாஸ்...” தொலைக்காட்சி நேயர்களுக்குப் புரியும் வகையில் போராட்டத்தைப் பற்றி, போராட்டக் குழுவினரே தெளிவுபடுத்திவிட வகை செய்து இந்தக் கேள்வியைக் கேட்டார்.

“போன வருஷம் சில மின் உற்பத்தி நிலையங்கள்ல, பராமரிப்பு வேலைக்கு ஒப்பந்த ஊழியர்களைச் சேர்த்தாங்க. அதுவும் அவுட்சோர்சிங் முறையிலதான்... அப்பவே நாங்க அந்த முறைய கடுமையா எதிர்த்தோம். இப்ப, தமிழகம் முழுவதும்

ஹைட்ரோ பவர் ஸ்டேஷன் உற்பத்தி முழுவதும், தனியாருக்குக் கொடுத்திட்டாங்க. இது தொடர்பா எந்த முன்னறிவிப்பும் செய்யல. அதான் இவ்வளவு பெரிய போராட்டத்த நடத்த வேண்டிய அவசியம் எங்களுக்கு ஏற்பட்டிருக்கு..."

"நீர் மின் உற்பத்திய தனியாருக்குக் கொடுத்ததால, உங்களுக்கு என்ன பிரச்சினை... பொதுமக்களுக்கு என்ன பாதிப்பு?" ஐவணம் கேள்விகளைத் தொடர்ந்து முன்வைத்தார்.

"தனியாருக்கு மின் உற்பத்தி சென்றால், வேலைக் குறைப்பு, ஊதியக் குறைப்பு செய்வாங்க... இதெல்லாம் எங்களுக்குப் பாதிப்பு. ஆனா, இதைவிட பல மடங்கு பொதுமக்களுக்குப் பாதிப்பு ஏற்படும். மின் உற்பத்தி மட்டும்தான் இப்ப தனியாருக்கு விட்டுருக்காங்க. ஆனா, விநியோகம் அரசு கைலதான் இருக்கு. அவங்க நிர்ணயிக்கிற விலைல வாங்கி, அரசு மக்களுக்கு விற்கும். கூடுதல் விலை கொடுத்து அரசு மின்சாரத்த வாங்கினா, மானியத்தை கட் பண்ணிடும். இதனால விவசாயிங்க உடனே பாதிக்கப்படுவாங்க. தொடர்ந்து இந்த நிலை நீடிச்சா, மத்த சலுகைகள்லயும் அரசு கை வச்சிடும். ஒரு கட்டத்துக்கு மேல, மின் உற்பத்திய மட்டுமல்ல, மின் விநியோகத்தயும் தனியார்ட்டயே கொடுத்திட்டா...? அப்புறம் மின் கட்டணம்லாம் அவங்க நிர்ணயிக்கிறதுதான். நான் இப்ப சொன்னது எல்லாமே நேரடியான பிரச்சினை. ஆனா, மறைமுகமா இன்னொரு பெரிய ஆபத்தும் இருக்கு..."

ஏஜாஸை இடைமறித்த ஐவணம், "மின் உற்பத்திய தனியாருக்குக் கொடுத்திருந்தாலும், மின் விநியோகம் பண்றது அரசிடம்தானே இருக்கு. மின் கட்டணத்தையும் அரசுதானே நிர்ணயிக்கும்? அதுல என்ன பிரச்சினை?"

"மேடம். நீங்க சொல்றது மாதிரி, மின் கட்டணத்தை அரசுதான் நிர்ணயிக்கும். அது மக்கள் மீது அக்கறை இருக்குறத காட்டுறதுதானே அப்டின்னு கேட்குறீங்க. அப்ப ஏன் உற்பத்தி செய்றத அரசு பண்ணல? அதை இத்தனை வருஷமா கவர்மண்ட்டே பண்ணிட்டு வரும் போது, இப்ப மட்டும் மின் உற்பத்தி பண்ண முடியாதா? இப்ப மின் உற்பத்திய தனியார்ட்ட கொடுத்த இந்த கவர்மண்ட்டு நாளைக்கே மின் விநியோகத்தையும் தனியார்ட்ட கொடுக்காதுங்கிறதுக்கு என்ன நிச்சயம்? பெரிய

ஆபத்துன்னு சொன்னேன்ல... அதுவும் முக்கியமான பிரச்சினை. மின் உற்பத்திக்காக அணைகளையெல்லாம் தனியார் வசம் கொடுத்திட்டா, நாளைக்குத் தண்ணியையும் அவங்க விற்பனை செய்து கொள்ளை லாபம் சம்பாதிக்க மாட்டாங்களா? 20-க்கும் மேற்பட்ட அணைகள் அவங்களோட கட்டுப்பாட்டுல போயிடும். இன்னிக்கு நாங்க போராட்டத்த ஆரம்பிச்சிருக்கோம். இது மின்வாரிய ஊழியர்களோட பிரச்சினை மட்டும் கிடையாது. தண்ணீர் பிரச்சினையும் இருக்கு. இந்தப் போராட்டம் எவ்வளவு வீரியமா தமிழகம் முழுவதும் மாறப் போகுதுன்னு பாருங்க..."

ஞாயிற்றுக்கிழமை தலைமைச் செயலகத்தில் நடைபெற்ற அவசர ஆலோசனைக் கூட்டம் இது தொடர்பானதுதானா என்ற சந்தேகம் ஐவணத்திற்கு வலுத்தது. தொழிற்சங்க தலைவரின் பதில்களை முடித்துவிட்டு, இப்போது கேமரா முன்பு திரும்பினார்.

"மின்சாரத்துறை அமைச்சக முதன்மை செயலாளர் இன்னும் சற்று நேரத்தில் இங்கு வருவார். வந்து போராட்டக்காரர்களுடன் பேச்சுவார்த்தை நடத்தி இந்த முற்றுகையை முடிவுக்குக் கொண்டு வருவார் என எதிர்பார்க்கப்படுகிறது, வெங்கட்."

போராட்ட செய்தி நேரலையை ஐவணம் முடித்துக் கொண்டார்.

"நன்றி மேடம்... நீங்க களத்துக்குச் சீக்கிரமே வந்திட்டீங்க... மத்த சேனல்லாம் வர்றதுக்குள்ள. ஆனா ஒரு சின்ன மிஸ்டேக்."

"என்ன சார், சொல்லுங்க..."

"செயலாளர் இல்ல, மின்சாரத் துறை அமைச்சர் வந்தால்தான் பேச்சுவார்த்தையே... இத நியூஸ்ல சொல்லிடுங்க..." தொழிற்சங்க தலைவர் திட்டவட்டமாகச் சொன்னார்.

பேச்சுவார்த்தைக்காக மின்வாரிய ஊழியர்கள், மின்சாரத்துறை அமைச்சர் வருகையை எதிர்பார்த்திருக்கின்றனர் - என்ற செய்தியை, வாட்ஸ்அப் மூலம் தனது அலுவலகத்திற்கு அனுப்பினார் ஐவணம்.

சென்னையின் பிரதான சாலையில் நடைபெற்று வரும் பிரம்மாண்ட போராட்டம், சமூக ஊடகங்களில், மெய்நிகர் தீயாகப் பரவியது.

மின்வாரிய ஊழியர்களின் போராட்டத்துக்கு ஆதரவு தெரிவித்து, எதிர்கட்சித் தலைவர்கள், சமூக அமைப்புகள் அறிக்கை வெளியிட்டனர். அரசு உடனே பேச்சுவார்த்தை நடத்தி, போராட்டத்தை முடிவுக்குக் கொண்டு வர வலியுறுத்தினர்.

அங்கிருந்து கிளம்ப தயாரான போது, “ஐவா... லைவ் முடிஞ்சிருச்சா” அப்போதுதான் போராட்ட இடத்துக்கு வந்த நவ்ரங் கேட்டார். மற்ற சேனல் செய்தியாளர்களும் அந்த இடத்தை அடைந்துவிட்டனர். நிறைய சேனல்கள் வந்துவிட்டதால் அனைவருக்கும் ஒன்றாகப் பேட்டியளிக்க தயாரானார் ஏஜாஸ்.

“நவ்ரங் பேட்டிய முடிங்க. டீ சாப்பிட போகலாம்...”

“ஏன் நீ இந்தச் செய்திக்கு வர்ரத சொல்லல ஐவா...”

“சொல்லணும்னு தோணல...” கண்களை மூடி தோள்களை உயர்த்தி நேற்றைய பிரேக்கிங் செய்தியைச் சொல்லாததற்கு இது பழிதீர்த்தல் என்ற தொனியில் பதிலளித்தார் ஐவணம்.

“எனக்கு தம் வேணும் மச்சி... ஸ்பான்சர் பண்ணிடு...” ஐவணத்திடம் நட்பை வழிந்தார் நவ்ரங்.

மீண்டும் கூட்டத்தை விலக்கிக் கொண்டு, ஸ்பென்ஸர் சந்திப்புக்கு கேமராமேனுடன் தட்டுத்தடுமாறி வந்து சேர்ந்தார் ஐவணம். அவர் வந்து சேர்வதற்கும், யாரும் எதிர்பாராத அதிரடி நிகழ்வதற்கும் சரியாக இருந்தது.

ஸ்பென்ஸர் பக்கவாட்டுச் சாலையில் இருந்து, திடீரென நூற்றுக்கும் மேற்பட்டோர், போராட்டத்துக்கு ஆதரவு தெரிவித்து முழக்கங்களோடு போலீஸ் தடுப்பை உடைத்துக் கொண்டு முன்னேறினர். மின்வாரிய ஊழியர்கள் முன்னேறிவிடக்கூடாது என, கண்காணிப்பு முழுவதும் சாலையை நோக்கியே இருந்ததால், போலீஸார் இதனை எதிர்பார்க்கவில்லை.

பின்புறமாகப் பலத்த கூச்சல் கேட்டவுடன், சாலையில் அமர்ந்திருந்த போராட்டக்காரர்கள் எழுந்து முன்னேற முயல, ஓர் அசாதாரண சூழல் அங்கு உருவானது.

அந்தக் கணத்தைச் சமாளிப்பதற்குள், ஸ்பென்ஸர் பிளாசாவுக்கு நேர் எதிரில் உள்ள பக்கவாட்டுச் சாலையில் இருந்து, பிரதான எதிர்க்கட்சியைச் சேர்ந்த ஐம்பதுக்கும் மேற்பட்ட தொண்டர்கள் போராட்டத்துக்கு ஆதரவாகக் கட்சிக் கொடியுடன் கட்டுக்கோப்பின்றிக் கூச்சலிட்டுக் கொண்டே முன்னேறினர்.

அவர்களைச் சமாளிக்க சில போலீஸார் முன்னேற, அந்தத் தொண்டர்கள் கையோடு கொண்டு வந்திருந்த முதலமைச்சர் உருவ பொம்மையை எரித்தனர். போலீஸார், பதற்றத்தோடு அதனை அணைக்க முயலும் போதே, நிறுத்தியிருந்த பேருந்தின் கூரைகள் மீது அந்தத் தொண்டர்கள் ஏறத் தொடங்கினர். அவர்களைத் தடுக்க சில போலீஸார் ஓடினர். நாலா பக்கமும் போலீஸார் சிதறியதால், கூட்டத்தை அவர்களால் கட்டுக்குள் வைத்திருக்க முடியவில்லை. இதனால் உருவான இடைவெளியைப் பயன்படுத்தி, சாலையில் அமர்ந்திருந்த மின்வாரிய ஊழியர்கள் முண்டியடித்து முன்னேறினர்.

கூட்டத்தின் போக்கைக் கட்டுப்படுத்தத் தவறியதால், அந்தப் பகுதி உச்சகட்ட பதற்றத்தில் போர்க்களம் போல காட்சியளித்தது. கை மீறிப் போனதால், போலீசுக்கும் போராட்டக்காரர்களுக்கும் தள்ளுமுள்ளு ஏற்பட்டது. ஒரு கட்டத்தில் கூட்டத்தைக் கலைக்க வானத்தை நோக்கித் துப்பாக்கியால் சுட்டனர். தொடர்ந்து போலீஸார் தடியடி நடத்தத் தொடங்கினர். மின்வாரிய ஊழியர்கள் மீது கடுமையான தாக்குதலைத் தொடுத்தனர். அதே போல ஐவணத்தின் மீதும் குறிவைத்துத் தாக்கினர்.

இந்தக் களேபரங்களை எல்லாம் ஒளிப்பதிவு செய்து கொண்டிருந்த ஐவணத்தோடு வந்திருந்த கேமராமேனின் காலில் லத்தியால் தொடர்ந்து அடித்தனர். நான்கு போலீஸார் சுற்றி நின்று அடித்து, அவரிடமிருந்து கேமராவை பறிக்க முயன்றனர். இதற்கு கேமராமேன் எழில் கடுமையாக எதிர்ப்பு தெரிவித்து அவர்களோடு வாக்குவாதம் செய்தார். கேமராவை பாதுகாக்க ஐவணமும் போராடினார். கேமராமேனை சட்டையைப் பிடித்துத் தரதரவென இழுத்துக் கொண்டு சிறிது தூரம் சென்று, அவரையும் ஐவணத்தையும் பிரித்தனர்.

நான்கைந்து பெண் காவலர்கள் ஐவணத்தைச் சுற்றி நின்று, தலையில் லத்தியால் தாக்க, ரத்தம் கொட்ட ஐவணம் தரையில்

விழுந்தார். அவரைச் சுற்றி நின்ற பெண் காவலர்கள், பூட்ஸ் காலால் மிதித்து, தலையைத் தரையோடு வைத்துத் தேய்த்தனர்.

சற்றுத் தொலைவில் கிழிந்த சட்டையோடு கண்களில் ரத்தம் கட்டி, விழி பிதுங்க நின்றிருந்த எழிலிடமிருந்து, கேமராவை பிடுங்கிய காவலர், அதனை சாலையில் ஓங்கி அடித்துச் சுக்கல் சுக்கலாக உடைத்தார்.

என்ன செய்வதென்று திகைத்த கேமராமேன் எழில், செய்தியாளர் ஐவணத்தைத் தேடினார். தூரத்தில், சாலையில் கிடந்த ஐவணத்தைப் பார்த்து அங்கு ஓடி வந்தார்.

பெண் காவலர்கள் அருகில் விடவில்லை. தடுத்தனர். பலம் கொண்டு அவர்களை மீறி, ஐவணத்தை எழுப்பி கைத்தாங்கலாகத் தாங்கி, ஓரமான ஓர் இடத்துக்குக் கொண்டு சென்றார்.

இதற்கிடையில் கட்டுக்கடங்காத கூட்டத்தை, கடுமையான தடியடி நடத்தி, கையில் சிக்கியவர்களின் மண்டைகளைப் பதம் பார்த்துத் தெறிக்க தெறிக்க ஓடவிட்டது போலீஸ் படை. லத்தியின் தாக்குதலில் இருந்து தப்பிக்க முண்டியடித்ததில் கும்பலில் சிக்கி, சிலர் மூச்சடைத்துச் சாலையில் கிடந்தனர்.

பிரதான சாலையில் இருந்து பிரிந்து சென்ற சந்துக்களின் வழியாக உயிரைக் கையில் பிடித்துக் கொண்டு போரட்டக்காரர்கள் ஓடினர். கையில் சிக்கியவர்களை போலீஸார் கைது செய்தனர்.

சம்பவ இடத்திற்கு ஆம்புலன்ஸ் வரவழைக்கப்பட்டு, ஐவணம், எழில் மற்றும் அந்தப் பகுதியில் ரத்தம் சொட்ட கிடந்தவர்களை அரசு மருத்துவமனைக்குக் கொண்டு சென்றனர்.

சில நிமிடங்களில் நிகழ்ந்த களேபரத்தால், போராட்டக்கார்கள் மீது நடத்திய தாக்குதலைச் செய்தியாக்குவதில் குறியாக இருந்ததால், ஐவணம், எழில் தாக்கப்பட்டது மற்ற செய்தியாளர்களுக்குத் தெரியவில்லை. இருவரும் வேறு பகுதியில் இருக்கலாம் என நினைத்துக் கொண்டனர். இருவரும் மருத்துவமனையில் சேர்க்கப்பட்டு, அங்கிருந்தவர்களின் மொபைல் போனை வாங்கி அலுவலகத்துக்குச் சொன்ன பின்புதான், மற்ற செய்தியாளர்களுக்குத் தகவல் தெரிந்து பதறியடித்து மருத்துவமனைக்கு வந்தனர்.

ஐவணம் மற்றும் எழிலின் பேட்டி, கலவரம் போல் காட்சியளித்த அண்ணா சாலையில் போலீசாரின் தாக்குதல், பாதிக்கப்பட்டவர்களின் ஆவேச பேட்டிகள் எனச் செய்தி ஊடகங்களில் மின்வாரிய ஊழியர்களின் போராட்டம், இந்திய அளவில் விவாதப் பொருளாகியது. எதிர்க்கட்சிகள் தமிழகத்தின் பல்வேறு பகுதிகளில் தமிழக அரசையும் போலீசையும் கண்டித்து ஆர்ப்பாட்டங்களில் ஈடுபட்டனர்.

அரசுக்குக் கடுமையான நெருக்கடி ஏற்பட்டது. மின்சாரத்துறை அமைச்சர் செய்தியாளர் சந்திப்புக்கு ஏற்பாடு செய்தார். அனைத்து சேனல்களும் நேரலையில் அவர் பேட்டியை ஒளிபரப்பின.

ஐவணத்தைப் பார்க்க வந்த நண்பர்கள், மொபைல் போனில் அமைச்சரின் பேட்டியைப் பார்த்தனர்.

"நான் நேரடியாகப் பேச்சுவார்த்தைக்குச் செல்ல தயாராக இருந்தேன். இந்தப் போராட்டத்தில் எதிர்க்கட்சியினர் புகுந்து வன்முறையில் ஈடுபட்டதால்தான், அவர்களைக் கட்டுப்படுத்த போலீசார் லேசாகத் தடியடி நடத்த வேண்டியதாகிவிட்டது. மின்வாரிய ஊழியர்கள் திடீரெனச் சாலையில் அமர்ந்த போதுகூட அவர்களைக் கைது செய்யாமல், பேச்சுவார்த்தைக்கு நான் வரும்வரை போலீஸார் தாமதித்தனர். ஆனால், எதிர்க்கட்சியினர் திட்டமிட்டு அரசுக்குக் கெட்ட பெயரை ஏற்படுத்தும் நோக்கத்தோடு, கலவரத்தில் இறங்கினர். பேருந்துகளைத் தாக்கத் தொடங்கினர். இதற்கான ஆதாரம் உள்ளது..."

ஒரு படத்தை அமைச்சர் செய்தியாளர்களிடம் காண்பித்தார்.

"அடப் பாவிங்களா... அவங்க பஸ் மேல ஏற ட்ரை பண்ணினாங்க, அவ்ளோதான்... யாருமே பஸ்ச உடைக்கல்லாம் இல்ல. மினிஸ்டர் காட்டுற போட்டோவுலயும் அப்படித்தான் இருக்கு..." விண்ணென்று தலை அதிர, அதைத் தாங்கிக் கொண்டு ஐவணம் தெளிவுபடுத்தினார். அவரது தலையில் போடப்பட்டிருந்த கட்டு, அங்கு நிகழ்ந்த போலீஸ் அராஜகத்துக்குச் சாட்சியாக இருந்தது.

அருகில் கையில் கட்டுடன் எழுந்திருக்க முடியாமல் கட்டிலில் படுத்திருந்த எழில், "மேடம் எல்லா ஆதாரமும் நம்ம

கேமராவுல இருந்திச்சி, உங்க மண்டையில அடிச்சத கூட நான் ஷூட் பண்ணியிருந்தேன்..."

"அதான் தடம் தெரியாம உடைச்சிட்டாங்களே. விடு எழில்... நீ ரெஸ்ட் எடு" அவர்களைப் பார்க்க வந்திருந்த நவ்ரங் ஆறுதல் கூறினார்.

"எந்த மீடியாவும் இல்லங்கிறத தெரிஞ்சிக்கிட்டுத்தான், அவங்க பிளான் பண்ணி, உன்னைய அடிச்சி கேமராவ உடைச்சிருக்காங்க..."

"ஆமா நவ்ரங், நான் தனியா மாட்டிக்கிட்டேன்"

"நாளைக்கு ஈவ்னிங் நாலு மணிக்கு பிரஸ் கிளப்ல, நம்ம அமைப்பு சார்பா கண்டனக் கூட்டம் இருக்கு..."

"நானும் காலைல டிஸ்சார்ஜ் ஆகிடுவேன். வந்திடுறேன்..."

சென்னை அண்ணா சாலையில் நடந்த கலவரமே அன்றைய இரவின், செய்தி சேனல்களின் விவாத நிகழ்ச்சி விவாதப் பொருளாக இருந்தது. ஆனால் அதற்கு முன்பே அரசின் மீது பொதுமக்கள் கடும் கோபத்தைச் சமூக ஊடகங்களில் காட்டத் தொடங்கியிருந்தனர். குறிப்பாக ஊடகவியலாளர்கள் தங்கள் கண்டனங்களைப் பதிவு செய்து, ஒற்றுமையை வெளிப்படுத்தினர்.

அரசின் சார்பில் நிதியமைச்சர் அரசு மருத்துவமனைக்கு வந்து ஐவணத்தையும் எழிலையும் சந்திக்க திட்டமிட்டிருந்தார். ஆனால் பாதிக்கப்பட்ட மற்றவர்களையும் பார்க்க வேண்டும் என்பதால், இதனைத் தவிர்த்தனர். அதே சமயம் எதிர்க்கட்சித் தலைவர் பாதிக்கப்பட்ட அனைவரையும் சந்தித்தார்.

செவ்வாய்க்கிழமை மாலை.

முற்போக்கு ஊடகவியலாளர்கள் மையம் சார்பில் கண்டனக் கூட்டம், பத்திரிகையாளர் மன்றத்தில் தொடங்கியது. இதில் அந்த அமைப்பைச் சேர்ந்தவர்கள் மட்டுமல்லாமல், நிறைய மூத்த செய்தியாளர்களும் கலந்து கொண்டனர். குறிப்பாக இளம் செய்தியாளர்கள் அதிகளவில் பங்கெடுத்துக் கொண்டனர்.

ஊடகத்துறையில், எந்த நிறுவனத்தில் பணி செய்கிறோமோ அந்த நிறுவனத்தின் அரசியல் நிலைப்பாட்டுக்கு இயைந்தாற் போலவே மூத்த செய்தியாளர்கள் பணியாற்றி வந்தனர். ஆனால் இளம் செய்தியாளர்கள் நிறுவனத்திற்கு வெளியே, அதாவது பணியில் இல்லாத நேரங்களில், கட்டுப்பாடில்லாத சமூக ஊடகங்களில், தங்கள் அரசியல் கருத்துக்களைச் சுதந்திரமாக எழுதி வந்தனர்.

இது புது போக்காக ஊடகத்துறையில் வளர்ந்து வருகிறது. முற்போக்கு எழுத்தாளர்கள் மையத்தின் உறுப்பினர்கள் சற்று தூக்கலாகவே அரசை விமர்சித்தனர். அவர்களின் ஃபேஸ்புக், ட்விட்டர் கருத்துக்கள் சமூகத்திலும் ஆழ்ந்த தாக்கத்தை ஏற்படுத்தியது.

அமைப்பின் தலைவர் ஃபனான் ராமசாமி, அரசின் அராஜகப் போக்கை வன்மையாகக் கண்டித்து எச்சரிக்கை விடுக்கும் தொனியில் பேச்சைத் தொடங்கினார்.

"மின்வாரிய ஊழியர்கள் போராட்டம் ஒரு காரணமே தவிர, போலீசுக்கு பத்திரிகையாளரைத் தாக்கும் திட்டம் ஏற்கனவே இருந்தது. அதுவும் பெண் பத்திரிகையாளரைத் தாக்கி, தங்களின் மோசமான ராஜ விசுவாசத்தைக் காட்டியிருக்கின்றனர். இந்தத் தாக்குதல் பத்திரிகையாளர்கள் மத்தியில் பீதியையும் மன உளைச்சலையும் ஏற்படுத்துவதற்கான உளவியல் தாக்குதலாகவே நாங்கள் பார்க்கிறோம். ஏதோ வேலை கிடைக்காமல், உணவுக்காகவும் பெருமைக்காகவும் நாங்கள் ஊடகத்தில் வேலை செய்யவில்லை. நாங்கள் எந்த நிறுவனத்தில் வேலை செய்தாலும் எங்கள் குரல் மக்கள் குரலாகவே இருக்கும். எங்கள் பேனா மக்களின் குரலை எழுத்துக்களில் பிரதிபலிக்கும். எங்கள் முகம் அது மக்கள் முகமே."

கரவொலி அரங்கத்தை அதிரச் செய்தது.

"பத்திரிகையாளர்கள் ஒற்றுமை ஓங்குக..." கையில் போட்டிருந்த கையைத் தூக்க முடியாமல், குரலை மட்டும் உயர்த்தி கத்தினார் எழில்.

அடுத்ததாக, ஐவணமும் எழிலும், முந்தைய நாள் நிகழ்வுகளின் தருணங்களையும் தாக்கப்பட்ட சூழலையும் மன அதிர்வுகளையும் பகிர்ந்து கொண்டனர்.

மின்வாரிய ஊழியர்கள் போராட்டத்தின் போது அங்கு செய்தி சேகரித்த நவ்ரங்கையும் கருத்துக்களைப் பகிர்ந்து கொள்ள அழைத்தனர்.

“கவனமாக வேலை செய்ய வேண்டும் என்பதை இந்தத் தாக்குதல் உணர்த்தியிருக்கு. போராட்டம், ஆர்ப்பாட்டம் போன்ற செய்திகளுக்குச் செல்லும் போது, செய்தியாளர்கள், தனித்தனியாகச் செல்லாமல் ஒன்றாக இருப்பதுதான் சரியாக இருக்கும். அதுவும் ஃபீமேல் ரிப்போட்டர் கூட, எப்பவும் நாம இருக்கணும். தனியா விட்டுட்டுப் போயிடக் கூடாது. நாமதான் பாதுகாப்பு கொடுக்கணும்...”

நவ்ரங் பேச்சு, இளம் ஊடகவியலாளர்கள் மத்தியில் அதிருப்தியை ஏற்படுத்தியது. அவர் பேசிக் கொண்டிருக்கும் போதே சிலர் கேட்டும் விட்டனர்.

“இதுல ஜெண்டர் பார்க்குறதுக்கு என்ன இருக்கு நவ்ரங்? ஏன் கேமராமேன் எழில தாக்காம விட்டுட்டாங்களா?”

மேடையில் இருந்த நவ்ரங், “நான் அந்த மீனிங்ல சொல்லல... நாம சேஃப்பா இருக்கணும்னுதான் சொல்றேன்...” ஒரு வழியாக சமாளித்துக் கொண்டு நவ்ரங் மேடையிலிருந்து இறங்கினார்.

செவ்வாய் மற்றும் புதன் கிழமைகளில், தமிழகத்தின் பெரும்பாலான பகுதிகளில் மின்வாரிய ஊழியர்களின் கோரிக்கைகளுக்கு ஆதரவாகப் போராட்டம் வெடித்தது. அதே போல சமூக ஊடகங்களில் அரசுக்கு எதிரான போக்கு கடுமையாக வெளிப்பட்டது. தூத்துக்குடி சம்பவத்தை ஒப்பிட்டு மீம்ஸ்கள் பரப்பப்பட்டு அரசுக்கு எதிரான கோபத்தை மெய் நிகர் வெளியில் மக்கள் தீர்த்துக் கொண்டனர். அன்று மாலை, மின்வாரிய ஊழியர்கள் போராட்டத்தை நசுக்கிய, காவலர்களையும் அரசையும் விமர்சித்து முகநூலில் கருத்து பதிவிட்ட இரண்டு பேர் கைது செய்யப்பட்டனர்.

புதன்கிழமை காலை பதற்றத்தோடு பகலவன் உதித்தான்.

காலைப் பணிக்குத் திரும்பியிருந்த ஐவணம் நேரலை வழங்கத் தயாரானார்.

ராயப்பேட்டை அரசு மருத்துவமனை அருகே ஏராளமான போலீசார் குவிக்கப்பட்டிருந்தனர். அந்த மருத்துவமனையின் பிணவறை, பாலம் அமைந்திருக்கும் சாலையைக் கடந்து சற்றுத் தூரத்தில் இருந்தது. பிணவறை முழுவதும் காவல்துறையின் கட்டுப்பாட்டில் வந்தது. பிணவறையை ஒட்டிய சாலையில் போக்குவரத்து நிறுத்தப்பட்டு தடுப்புகள் வைக்கப்பட்டிருந்தன. இதனால் அங்கு நின்று நேரலை வழங்க முடியாமல், பாலத்தின் மேல் ஏறினார் ஐவணம். பாலத்தின் மேல், காலை நேரம் என்பதால் போலீஸ் கண்காணிப்பு இல்லை. 7 மணி செய்தியில் நேரலையில் இணைந்தார் ஐவணம்.

"நான் இப்போது ராயப்பேட்டை அரசு மருத்துவமனை அருகே உள்ள பாலத்தின் மேல இருக்கேன். அப்படியே மார்ச்சுவரி கட்டிடத்தை ஒளிப்பதிவாளர் இப்போது காட்டுவார். இன்று அதிகாலை 4 மணியளவில், இந்தப் பிணவறையில் சக்தி வாய்ந்த குண்டு வெடித்திருப்பதாகக் காவல்துறை தரப்பில் தெரிவிக்கப்பட்டுள்ளது. ராயப்பேட்டை அரசு மருத்துவமனையின் இந்தப் பிணவறையின் பழைய கட்டிடத்தில் குண்டு வெடித்துள்ளது. பின்புறம் உள்ள புதிய கட்டிடத்தில்தான் போஸ்ட்மார்ட்டம் நடப்பது வழக்கம். அந்தப் புது கட்டிடத்தில் சிறிய அளவில் சேதம் ஏற்பட்டுள்ளது. குண்டு வெடித்ததாகச் சொல்லப்படும் கட்டிடத்தில், அடையாளம் தெரியாத பிணங்களும், உறவினர்கள் பெற்றுக் கொள்ளாத அனாதைப் பிணங்களும் வைக்கப்பட்டிருந்ததாக மருத்துவமனை தரப்பில் தெரிவிக்கப்பட்டுள்ளது. இந்தக் குண்டு வெடித்த போது, அங்கு ஊழியர்கள் இல்லாததால் உயிர்ச்சேதம் தவிர்க்கப்பட்டுள்ளது. இரவுப் பணியில் இருந்த இரண்டு ஊழியர்களிடம் போலீசார் விசாரணை நடத்தி வருகின்றனர்..."

குண்டு வெடிப்புக்கான காரணம் தொடர்பாகச் செய்தி வாசிப்பாளர் கேட்ட கேள்விக்கு, "ராயப்பேட்டை காவல் நிலையத்தில் வழக்குப் பதிவு செய்யப்பட்டு விசாரணை நடைபெற்று வருகிறது. வெடிகுண்டு நிபுணர்களும் தடயவியல் துறை வல்லுனர்களும் குண்டு வெடித்த இடத்தில் கிடைத்த

பொருட்களைச் சேகரித்து ஆய்வு செய்து வருகின்றனர். அருகில் உள்ள கடைகளில் இருந்த சிசிடிவி காட்சிகளைக் கைப்பற்றியும் போலீஸார் ஆய்வு செய்து வருகின்றனர்" எனக் குற்றம் தொடர்பான செய்திகளில் சொல்லப்படும் வழக்கமான சுவையற்ற தகவல்களைச் சொல்லி நேரலையை முடித்துக் கொண்ட ஐவணம் பாலத்தில் இருந்து இறங்கினார்.

சென்னை ராயப்பேட்டை அரசு மருத்துவமனையில் குண்டு வெடித்துச் சில 'பிணங்கள்' பலி.

#குண்டு வைப்பதற்கு வேறு இடம் கிடைக்கவில்லையா ஜெண்டில்மேன்?

ட்விட்டரில் நக்கலாகப் பதிவு செய்தார் ஐவணம்.

அப்படியே முகநூல் பக்கத்தில் ஃபோட்டோவோடு பதிவைத் தட்டிவிட்டார். அப்போதுதான் நவ்ரங்கின் முகநூல் பதிவு அவர் கண்ணில்பட்டது.

தீவிரவாதிகளின் கொலைக் களமாக மாநில தலைநகர் மாறி விட்டது. பிணங்களுக்குக் கூட தமிழக அரசால் பாதுகாப்பு வழங்க முடியவில்லை. #FailCM

இப்படி நவ்ரங் பதிவு செய்திருந்தது ஐவணத்தை ஆச்சரியத்தில் ஆழ்த்தியது. செல்ஃபி தவிர வேறு எதுவும் பதிவு செய்யாத நவ்ரங் முகநூல் பக்கத்தில் அரசியல் பதிவா? அந்தப் பதிவுக்கு நூற்றுக் கணக்கானோர் லைக்கிட்டிருந்தனர். நிறையப் பேர் தங்கள் பக்கங்களில் பகிர்ந்து கொண்டனர்.

செய்தியாளர்கள் அங்கு குவிந்தனர். அன்றைய பிரதான விவாதமாகக் குண்டு வெடிப்பு செய்தி மாறியது. "அந்த அமைப்பு காரணம்", "இந்தச் சமூகத்தைச் சேர்ந்த இளைஞர்கள் கைது" என அடுத்தடுத்து பிரேக்கிங் செய்திகள் முந்தியடித்தன.

பிணவறைக்குப் பதிலாக அருகில் இருந்த மருத்துவமனையில் குண்டு வெடித்திருந்தால், எத்தனை உயிர் பலியாகியிருக்கும் என்ற ரீதியில் ஊகங்கள் என ஊடகங்களிலும் சமூக வலைத்தளங்களிலும் பல்வேறு கோணங்களில் குண்டு வெடிப்பு

ஆய்வு செய்யப்பட்டது. தீவிரவாதிகளின் அச்சுறுத்தல் பற்றிய கவலையும் பகிர்ந்து கொள்ளப்பட்டது.

அன்று பிற்பகலில், ஊடகவியலாளர்கள் மத்தியில் மீண்டும் பரபரப்பும் பதற்றமும் பரவியது. நவ்ரங்கை போலீஸ் கைது செய்து, டிஜிபி அலுவலகத்தில் வைத்து விசாரிப்பதாக வாட்ஸ்அப்பில் குரூப்கள் அலறின.

காவலர்களின் கடமையுணர்ச்சி நடையையும் வாக்கி டாக்கியின் சப்தத்தையும் பார்த்துக் கொண்டிருந்தார் நவ்ரங்.

உளவுத்துறை உயர் அதிகாரி ஒருவரின் அலுவலக வரவேற்பறையில் அவர் அமர வைக்கப்பட்டிருந்தார். எதற்காக அழைத்து வரப்பட்டிருக்கிறோம் என்பது சொல்லப்படவில்லை. ஆனால், அவரது முகநூல் பதிவைக்காட்டி, அது உங்களுடையதுதானா என விசாரித்துவிட்டே அவரை அழைத்து வந்திருந்தனர்.

முகநூல் பதிவுக்காக, விசாரணைக்காக டிஜிபி அலுவலகம் அழைத்துச் செல்லப்பட்டிருக்கிறேன் என ஊடகத்துறை நண்பர்களுக்கு நவ்ரங் வாட்ஸ்அப்பில் தகவல் அனுப்பியிருந்தார்.

உயர் அதிகாரி வருவதற்குள், இன்னொரு இளம் அதிகாரி நவ்ரங்கை அறைக்குள் அழைத்து விசாரிக்கத் தொடங்கினார்.

“ஏன் அப்படி போஸ்ட் போட்டீங்க ஃபேஸ்புக்ல...?”

“அதுல என்ன சார் பிரச்சினை?”

“அரசுக்கு எதிராக மக்கள தூண்டி விட்டிருக்கீங்க... அதனால பப்ளிக் போராட்டத்துல இறங்கி சட்டம் ஒழுங்கு பிரச்சினை வந்திருக்கு. ஃபெயில் சிஎம்னு போட்டு, அவர இழிவு படுத்தியிருக்கீங்க. இந்தக் குற்றச்சாட்டையெல்லாம் கேஸா பதிவு செய்ய முடியும். தெரியும்ல?”

“சார்... என் ஃபேஸ்புக் பதிவுதான் சிஎம் சாரோட பேர டேமேஜ் பண்ணிடுச்சா? கேஸ் போடறதுன்னா போட்டுக்குங்க?”

“என்ன தம்பி... சின்ன வயசா இருக்கீங்க... அந்தத் திமிர்ல பேசுறீங்களா?” முறைத்த போலீஸ் அதிகாரி, “ஏம்ப்பா, மவுண்ட் ரோட் பிரச்சினைல அடி வாங்கின அந்த ரிப்போர்ட்டர்

மேடம் இப்ப எப்டி இருக்காங்க?" நவ்ரங்கை அசைத்துப் பார்க்க, இப்படிக் கேட்டுவிட்டுத் தன்னுடைய ஷூ கயிற்றை நேர்த்தியாகக் கட்டினார்.

"தம்பி, இனிமேல் இந்த மாதிரி ஃபேஸ்புக்ல போஸ்ட் போட மாட்டேன்னு எழுதிக் கொடுத்திட்டுப் போங்க..."

"அதெல்லாம் முடியாது சார்..." சடாரெனச் சப்தம் போட்டு அடாவடியாகப் பதில் சொல்லிவிட்டு இருக்கையில் இருந்து எழுந்து புறப்பட எத்தனித்தார் நவ்ரங்.

"தம்பி... பிரஸ் பீப்பிளே இப்படித்தான். உங்க மரியாதைய காப்பாத்திக்க மாட்டீங்க. அதான் கட்டம் கட்டித் தாக்குறோம். எழுதித் தர முடியுமா, முடியாதா?" அதிகாரியின் குரல் தொனி வேறு விதமாக மாறி, தனது முகத்தில் தாக்குதல் நடத்த தயாராகிவிட்டதற்கான சமிக்ஞையை உணர்ந்தார் நவ்ரங்.

அதனால் கலங்கிய நவ்ரங் கொஞ்சம் இறங்கி வந்து, "சார்... நான் அந்தப் போஸ்ட்ட போடல..." புருவத்தை உயர்த்திக் கருவிழிகளை மேலே நகர்த்தி வில்லில் இருந்து பாய்ந்த அம்பைப் போல பார்வையைச் செலுத்தினார் அந்த அதிகாரி.

"நான் அட்மின் இல்ல... அந்த போஸ்ட்ட நான் போடவும் இல்ல..."

இதுவரை எகத்தாளமாகப் பதில் அளித்த நவ்ரங், தற்போது தன்னைக் கேலி செய்வதாக உணர்ந்து, பளாரென நவ்ரங் கன்னத்தில் ஒன்று வைத்தார்.

அப்போது உளவுத்துறை உயர் அதிகாரி அறைக்குள் நுழைந்தார். கன்னத்தில் கை வைத்துக் கண்களில் நீர் கசிய நின்றிருந்த நவ்ரங்கைப் பார்த்து அந்த உயர் அதிகாரி, "என்ன சார் இங்க வந்திருக்கீங்க? ரொம்ப நேரமா வெயிட் பண்றீங்களா? எனக்கு கால் பண்ணியிருக்கலாம்ல..."

அதற்குப் பதில் சொல்ல நவ்ரங் வாய் திறப்பதற்குள் இளம் அதிகாரி குறுக்கிட்டார்.

“சார் நான்தான் விசாரிச்சிக்கிட்டிருந்தேன். எழுதிக் கொடுத்திட்டுப் போய்யான்னா, நான் அட்மின் இல்லன்னு என்னைக் கலாய்ச்சிக் கிட்டுருக்கான் சார்...”

“ஹாஹாஹாஹா...” அந்த உயர் அதிகாரி விஷமத்தனமாகச் சிரித்தார்.

“யோவ்... அந்த ரிப்போர்ட்டர் சரியாத்தான் சொல்லியிருக்காரு. ஒரு வகையில அவர் அட்மின் கிடையாதுதான், அவர போகச் சொல்லுங்க. இனிமே அவர கூப்பிடாதீங்க... அவரப் பத்தி எதுவும் கம்பிளெயிண்ட்டுன்னா முதல்ல எண்ட்ட கேளுங்க...”

“என்ன சார் சொல்றீங்க?” நவ்ரங்கை அறைந்த இளம் அதிகாரி குழப்பத்தில் கேட்டார்.

“சண்டே மீட்டிங் முடிஞ்சதில்ல... அப்ப எடுத்த முடிவின் படி, என்னோட ஸ்பெஷல் டீம்ல இந்த ரிப்போர்ட்டர் இருக்காரு. நவ்ரங் நீங்க போங்க...”

அறைந்த அதிகாரி வாசல் வரை வந்து நவ்ரங்கை வழியனுப்பி வைத்தார்.

வியாழன் அன்று வெளிவந்த ஜூனியர் விக்கி வாரம் இருமுறை பத்திரிகையில் ‘நரியார் ஊளையிடுகிறார்’ பகுதியில் நரி இப்படி ஊளையிட்டிருந்தது:

தமிழகத்தில் ஊடகங்களில் பணியாற்றும் செய்தியாளர்களைக் கண்காணிக்க, தமிழக போலீஸில் புதிய துறையை உருவாக்குவதற்கான ஆலோசனைக் கூட்டம் தலைமைச் செயலகத்தில் நடைபெற்றது. இதில் டிஜிபி, தேசிய புலனாய்வு முகமை அதிகாரிகள் கலந்து கொண்டனர்.

> சமூக வலைதளங்களைக் கண்காணிக்க சைபர் கிரைம் பிரிவு இருந்தாலும், ஊடகவியலாளர்கள்தான் சமூக வலைத்தளங்களில் கருத்துருவாக்கத்தைச் செய்வதால் அவர்களைப் பிரத்யேகமாகக் கண்காணிக்க இந்தப் பிரிவு உருவாக்கப்பட்டுள்ளது. இதில் சில ஊடகவியலாளர்களே உளவாளிகளாகவும் செயல்படுகின்றனர்.

இந்தப் பிரிவுக்கு Fifth Column in Fourth Estate அதாவது, ஜனநாயகத்தின் நான்காவது தூணான ஊடகத்தில் ஐந்தாம் படை என்று பெயர் வைக்கப்பட்டுள்ளது. இந்த அணியை, சுருக்கமாக FiCoFe என போலீஸார் தங்களுக்குள் அழைத்து கொள்கின்றனர்.

□ வாசகசாலை இணைய இதழ், அக்டோபர் 2022

டிரெண்டிங் இளைஞரின் கதை

சிங்கம் எறங்குனா காட்டுக்கே விருந்து...
இவன் வேட்டைக்கு செதறனும் பயந்து...
பெரும் புள்ளிக்கெல்லாம் முற்றுப் புள்ளி எழுதி...
கொடல் உருவுற சம்பவம் உறுதி...

சூடாக ரத்தம் ஓடுவதை உணரச் செய்து என் காதுகளுக்குள் குதித்துக் கொண்டிருந்தது இசையமைப்பாளர் அனிருத்தின் குரல். வாகனங்களின் மேல் பொழியும் மழைச் சாரலில் நனைந்து வழுக்கிக் கொண்டிருந்தது கோடம்பாக்க மேம்பாலச் சாலை. கண்ணாடி வழியாகச் சாலையைப் பார்த்துக் கொண்டே, லியோ திரைப்பட நாயகன் விஜய்யாக நினைத்துக் கொண்டு, அனிருத்தின் குரல் குதித்தலுக்கு இணையான வேகத்தில் ட்ரெட் மில்லில் ஓடிக் கொண்டிருந்தேன்.

விபத்தில் நெருங்கிய உறவினர் அகால மரணம், நோய் நொம்பளத்தில் துயரம், பெருமளவில் பொருளாதார நட்டம் - இதிலெல்லாம் சிக்குண்டு உடனே மீண்டவரை 'சென்னையைப் போல மனுஷன்யா' என உதாரணம் காட்டிச் சொல்லுமளவுக்குக் காரணப் பெயராகிவிடும் போலச் சென்னை மாநகரம். மிக்ஜாம் புயலின் அகோர தாக்குதலில் சிக்குண்டு தவித்த தமிழ்நாட்டின் தலைநகர் சென்னை, இரண்டே நாளில் அப்படி எதுவும் நடக்காதது மாதிரி இயல்பு நிலைக்கு மாறிப் பரபரப்புடன் இயங்கிக் கொண்டிருந்தது.

'60 வயசானாலும் நான் இளமையாத்தான் இருக்கேன், மனசு இளமையா இருந்தா, உடம்புல முதுமை தெரியாதுப்பா' என என்னுடைய தந்தை அடிக்கடி சொல்வார். இப்போது, 40 வயதைத்

தாண்டினாலே கிழடு தட்டிவிடுகிறது. உடற்பயிற்சி செய்து கொஞ்சம் உடலைக் கட்டுக் கோப்பாக வைத்திருக்காவிட்டால், உள்ளத்துக்கும் மூப்பு வந்துவிடும் போல. கல்லூரிப் படிப்பை முடித்த சின்னப் பையன்களைச் சந்ததடியில்லாமல், வேலையில் சேர்த்துக் கொள்கின்றன நிறுவனங்கள். நாம் வேலையில் நீடிக்கிறோமா? அவ்வப்போது உறுதி செய்து கொள்ள வேண்டும். ஒவ்வொரு நாள் வேலை முடிந்தவுடனும் ஜிம்மில் கொண்டு போய் விட்டுவிடும் இந்தப் பயம். பணிப் பாதுகாப்புக்கு இளமையான தோற்றமும் ஒரு திறமைதான் போல.

திடீரெனப் பாட்டு மாறி ஒலித்தது. காரிகை மேடத்திடமிருந்து தொலைபேசி அழைப்பு வந்தாலே, நான் கடுப்பாகிவிடுவேன். அதுவும் அலுவலகத்திலிருந்து வீட்டுக்குக் கிளம்பும் நேரத்தில் கால் வந்தால்…? ஏதாவது வேலை சொல்லிவிடுவாரோ.

“எங்க இருக்கீங்க அன்பு? அந்த ஒளிவளவன்ட்ட இண்டர்வியூவ் எடுத்திட்டீங்களா? ரெண்டு நாளா அந்தப் பையன்தான் டிரெண்ட்டிங்ல இருக்கான். என்ன பண்ணிக்கிட்டு இருக்கீங்க?”

Pro People யூடியூப் சேனலின் நிர்வாக இயக்குநர் காரிகை பார்த்தசாரதி. கால, நேரம் பார்க்க மாட்டார். நாம எந்தச் சூழ்நிலையில இருக்கிறோம் என்பதைப் பற்றியெல்லாம் அவருக்கு கவலை கிடையாது. அவரைப் பொறுத்தவரை, மற்ற சேனல்களை முந்திக்கொண்டு முதலில் இண்டர்வியூவ் வரவேண்டும்; பல்லாயிரக்கணக்கில் வியூவ்ஸ் வரவேண்டும். இது மட்டும்தான் அவருடைய குறிக்கோளாக இருக்கும். அதற்காக எந்த எல்லைக்கும் இறங்கச் சொல்லிப் பணியாளர்களைப் படுத்தி எடுத்துவிடுவார்.

“மேம்… நானும் ரெண்டு நாளா ட்ரை பண்றேன். ஒளிவளவன் டைம் கொடுக்க மாட்டேங்கிறார். அலாவுதீன் பாகவி ஹாஸ்பிடல்ல இருக்கிறாராம், அவரோட சேர்ந்துதான் பேட்டி கொடுப்பேன்னு அடம்பிடிக்கிறாரு. நாளைக்கு அவர் டிஸ்சார்ஜ் ஆயிடுவாராம். ஆனதும் உடனே இண்டர்வியூவ் எடுத்திடுறேன் மேம்…”

“மற்ற சேனல் எதுவும் ட்ரை பண்றாங்களா அன்பு? விசாரிச்சீங்களா? யாரு அவரு, ஏதோ பாகவின்னு சொல்றீங்களே, அவருக்கும் இந்தப் பையனுக்கும் என்ன சம்பந்தம்?” லாட்டரிச் சீட்டில் முதல் பரிசு எனக்கு விழ வேண்டும், எனக்கு மட்டுமே எப்போதும் விழ வேண்டும் என்பது போல இருந்தது காரிகை மேடத்தின் பதற்றம்.

“நமக்குத்தான் முதலில் தருவதாகச் சொல்லிவிட்டார் மேம். அதனால பிரச்சினை இல்லை. ஷூட் பண்ணி, ஆஃபீஸ் வந்து எடிட் பண்ணினால் லேட்டாகும். அதனால, இண்டர்வியூவ் பண்ற இடத்துக்கே எடிட்டிங் டீமையும் கூட்டிட்டுப் போறேன். லைவ்-லயே எடிட் பண்ணி, உடனே அப்லோட் செய்திடலாம் மேம். மேக்சிமம் நாளை காலை 11 மணிக்கு, அந்த டிரெண்டிங் இளைஞரோட இண்டர்வியூவ் நம்ம சேனல்ல பார்க்கலாம் மேம். ஒளிவளவன் ஒரு பள்ளிவாசலுக்குத் தானமாக இடம் கொடுத்தாருல்ல, அலாவுதீன் பாகவி என்பவர் அந்தப் பள்ளிவாசலின் மதகுருவாம் மேம்.”

“ஓகே… ஓகே… பக்காவா முடிச்சிடுங்க அன்பு”

இரண்டு நாட்களாக எக்ஸ் தளத்தில் #மதவெறி_மாய்ப்போம் என்ற ஹேஷ்டேக் தேசிய அளவில் டிரெண்டிங்கில் இருக்கிறது. மேற்கு தாம்பரம், தோனி நகர் 7 ஆவது குறுக்குத் தெருவைச் சேர்ந்த ஒளிவளவன் என்ற இளைஞர்தான் அதற்குக் காரணம். கடந்த வாரம் வெளிநாட்டிலிருந்து வந்த அவர், நேற்று முன்தினம், தான் வசித்துவந்த வீட்டையும் இடத்தையும் அருகிலிருந்த, முஸ்லிம்களின் வழிபாட்டுத்தலமான பள்ளிவாசலுக்குத் திடீரெனத் தானமாக வழங்கினார்.

நம் கண்களுக்குப் புலப்படாமல், ஆகாயக் கடலில் நீந்தும் சுறாக்களான வல்லூறுகள், தரையில் ஏதாவது செத்துக் கிடப்பதைப் பார்த்ததும் சடாரெனப் பறந்து வந்து கொத்தித் தின்பதைப் போல, பள்ளிவாசலுக்கு அருகில் வலதுசாரி ஆதரவாளர்கள் திரண்டனர். அவர்கள் ஒளிவளவனைச் சந்தித்து, நன்கொடையாகக் கொடுத்த இடத்தைத் திரும்பப் பெற கட்டாயப்படுத்தினர். ஆளாளுக்குப் பெயர் வைத்துக் கொள்ளும் மர்ம காய்ச்சலைப் போல, தாம்பரம் மாநகராட்சி முழுதுவதிலும் பதற்றம் தொற்றிக்கொண்டது.

பாதுகாப்பு வழங்கக் கோரி காவல்நிலையத்தில் புகார் கொடுத்து விட்டு, ஒளிவளவன் அளித்த பேட்டி சமூக வலைத்தளங்களில் வைரலாகி, #மதவெறி_மாய்ப்போம் ஹேஷ்டேக் டிரெண்டாக, அசைவ நெடியை நுகர்ந்த பூனையானார் காரிகை மேடம். Pro People சேனலில், ஒளிவளவனின் நேர்காணல் உடனே வர அவசரப்படுத்தினார். தமிழ்ச் சமூகத்தில் எது பேசுபொருளாக ஆனாலும், அது தொடர்புடையவரின் பேட்டி Pro People சேனலில் உடனே வந்துவிட வேண்டும். சம்பந்தப்பட்டவர் பேட்டி கொடுக்கவில்லை என்றால், அவருக்கு தொடர்புடையவரின் பேட்டி அல்லது குறைந்தபட்சம் அந்த வீட்டு வாட்ச்மேன் பேட்டியாவது வந்துவிட வேண்டும். பேசுபொருளின் பேசுபொருளாக என்னுடைய சேனல் இருக்க வேண்டுமென்பதுதான் காரிகை மேடத்தின் மூச்சாக - பேச்சாக இருக்கும்.

பிரபலமான பல தொலைக்காட்சி சேனல்களில் வேலை செய்த நான், போதாத காலம், யூடியூப் சேனல் பக்கம் ஒதுங்க வேண்டியதாகிவிட்டது. யூடியூப் சேனலில் வேலை செய்வது, வாழ்ந்துகெட்ட ஹோட்டல் முதலாளி கையேந்திபவனில் சப்ளையராக வேலை செய்வதற்கு ஒப்பானது. மக்களின் சிந்தனையை, தெரிவுகளை நிர்ணயம் செய்யும் சக்திகளாக யூடியூப் முதல் இன்ஸ்டா வரையிலான மெய்நிகர் பூதங்கள் அவதாரமெடுத்துள்ளன. பொழுது போக்கை அல்ல, பொழுதையே அவைதான் தீர்மானிக்கின்றன.

அவ்வளவு ஏன்? 'முதலமைச்சரின் கவனத்துக்கு ஒரு பிரச்சினையைக் கொண்டு போக வேண்டுமா? யூடியூப் சேனலில் பேட்டி கொடு, உடனே நடவடிக்கை எடுக்கப்படும்' எனச் சொல்லுமளவுக்கு சோசியல் மீடியாவின் மகிமை அனுபூதியாகும். அதன் பராக்கிரமத்தின் நேரடி சாட்சியம்தான் அரசியல் கட்சிகள் உருவாக்கியிருக்கும் ஐடி அணிகள். ஸ்படிக மாலை, ருத்திராட்ச மாலை, கருங்காலி மாலை என அவ்வப்போது பிரபலமாகும் பித்துக்களுக்குப் பின்னால் ஓடுவது போல, வியூவ்ஸ்-க்குப் பின்னால் ஓடியதால், ஒரு சில நேரங்களில் முகம் சுளிக்கவும் வைக்கின்றன இந்த மெய்நிகர் பூதங்கள்.

ஒரே வண்ணம், ஒரே தரம், தையலிலும் வேறுபாடில்லை. இருந்தும் பிராண்ட் சட்டைகளுக்குத் தனி மவுசுதானே. அதுபோல, ஒரே காட்சி, ஒரே கோணம், ஒரே பார்வைதான் என்றாலும் டிஆர்பி ரேட்டிங்கை வைத்துத் தொலைக்காட்சி சேனல்களுக்கு வர்த்தக மதிப்பு கூடுகிறது. யூடியூப் சேனல்களுக்கு அந்த மதிப்பைப் பார்வையாளர்களின் எண்ணிக்கை — வீயூவ்ஸ் — கொடுக்கிறது.

காலை 8 மணிக்கெல்லாம் தாம்பரம் வந்துவிட்டோம். தோனி நகரில் இறங்கி முகவரியை விசாரித்துக் கொண்டிருந்தேன்.

"டேய் அன்பு... என்னடா இந்தப் பக்கம்?"

"கதிரண்ணே எப்படி இருக்கீங்க? ஒரு இண்டர்வியூவ் எடுக்க வந்தேன்." தூரத்தில் பைக்கிலிருந்து வந்த பழக்கப்பட்ட குரலுக்குப் பதிலளித்தேன். கதிர் அவர்களைச் சந்திப்பேன் என எதிர்பார்க்கவில்லை. தொலைக்காட்சி சேனல் ஒன்றில் இணைந்து வேலை பார்த்தோம். தொழில் கற்றுக் கொடுத்த ஆசான்களில் ஒருவர். சீனியர்களை வேலையைவிட்டு நீக்கும் பேரிடரில் பணியிழந்தவர்களில் இவரும் ஒருவர். இப்போது தாம்பரத்திலேயே மாதப் பத்திரிகை ஒன்றை நடத்தி, 'பேட்ச் ஒர்க்' செய்து வருகிறார் பிரமாண்டமாகக் காட்சியளிக்கும் ஜனநாயக குடியிருப்பின் நான்காவது தூணில்.

"என்னடா யூடியூப் சேனல்ல வேலை செய்யுறியா?" அருகில் வந்தவர் என்னைச் சிறுமைப்படுத்துவதாக நினைத்துக் கொண்டு பரிகசித்தார். தொலைக்காட்சி சேனல்கள் என்பது இணையதள வரவுக்குப் பின்பு சவலைப் பிள்ளையாகிவிட்டதாக அடிக்கடி குறைபட்டுக் கொள்பவர் அவர். அதனால் திருப்தி இல்லாமல்தான் டிவியில் வேலை பார்த்தார். யூடியூப் சேனல் பற்றி அவரின் அபிப்ராயம் எப்படி இருக்கும்?

தொழில்நுட்பங்களைக் கைவரப் பெறாமல் இருந்தால் தேங்கிப் போய்விடுவோம். இளைஞர்களோடு போட்டி போட முடியாமல் ஓரங்கட்டப்படுவோம். இது, அவரை வேலையை விட்டு நீக்கும் போது நான் கற்றுக் கொண்ட பாடம். செத்த பின்னாடி, 'நீத்தார் பெருமை' பேசுவது போல, மூத்தவங்க முகத்துக்கு முன்னாடி 'மூத்தோர் சிறுமை' பேசுவது அநாகரிகம்.

அதனால், அவரின் அந்தச் சின்ன மகிழ்ச்சியைக் கெடுக்க விரும்பாமல், "ஆமாண்ணே, வாழ்க்கைய ஓட்டணுமில்ல..." எனப் புன்னகைத்தேன். முகவரியைக் கேட்டுக் கொண்டு நன்றி தெரிவித்துவிட்டுக் கிளம்பினோம்.

பள்ளிவாசலின் முகப்பில் நின்ற வேப்ப மரத்தின் பச்சையம் காலை நேரத்தைக் குளுமையமாக்கியது. 'மஸ்ஜிதுல் அக்ஸா' என்ற பெயர்ப் பலகையோடு வானை நோக்கி நீண்டிருந்த இரண்டு கோபுரங்களும் அதன் பின்னணியில் மந்தகாசம் வீசிய மேகங்களும் என்னைப் பரவசப்படுத்தின. வாகனத்தை மரத்தடியில் நிறுத்திவிட்டு இறங்கினோம்.

"ஆயிஷா... கோயில் கோபுரத்தை விமானம்னு சொல்லுவோம். பள்ளிவாசல்ல கலங்கரை விளக்கம் போல நீண்டிருக்கும் இதுக்கு என்ன பேரு?" பள்ளிவாசல் மதகுருவையும் பேட்டி எடுப்பதால் ஒரு முஸ்லிம் எங்களோடு இருப்பது நல்லது என எனக்குப்பட்டது. அதனால் நேர்காணல் செய்ய நெறியாளர் ஆயிஷா நஜ்முதீனை உடன் அழைத்து வந்தேன்.

"மினாரா அப்டின்னு சொல்லுவோம் அன்பு... தமிழ்ல இதை எப்படி சொல்றதுன்னு தெரியல. இங்கிலீஷ்லயும் மினாரான்னுதான் சொல்லுறாங்க. தஞ்சாவூர் பக்கத்துல பேராவூரணில ஃபேமஸ் டூரிஸ்ட் ஸ்பாட் இருக்குல்ல, அதுக்குப் பேரு மனோரா கோட்டை. அதுவும் இதே பாணில கட்டினதுதான். கோபுரம்னே சொல்லலாம்."

நாங்கள் பேசிக் கொண்டிருக்கும் போதே, பள்ளிவாசல், அதற்குப் பக்கத்தில் அறக்கொடையாக வழங்கப்பட்ட வீடு, சுற்றுப்புறத்தையெல்லாம் கேமராமேன் ஒளிப்பதிவு செய்தார்.

பள்ளிவாசலில் இருந்து எங்களை நோக்கி வந்தவர், நாங்கள் மீடியாக்காரர்கள் என்பதைப் புரிந்துகொண்டு, "வாங்க... என்னோட பேரு ஒளிவளவன். இதுல யாரு அன்பு?" சம்பிரதாய புன்முறுவலுடன் கையை நீட்டினார். 30 வயது இருக்கும். வயதுக்கேற்ற மாதிரி இல்லாமல் தாட்டியான உடல்வாகு. நல்ல உயரம். முன்தலை வழுக்கை அனுபவ ஆசாமி தோற்றத்தைக் கொடுத்தது. "நான்தான் அன்புமணி, Pro People சேனலின் புரோக்ராம் புரடியூசர். உங்களுக்கு கால் பண்ணி

ரொம்ப தொந்தரவு பண்ணினது நான்தான்" கை குலுக்கிப் புன்னகையைப் பரிமாறிக் கொண்டேன்.

"உங்க வேலையே அதானே..." ஒரே வார்த்தையில் எங்கள் குழுவினரைச் சங்கடப்படுத்திவிட்டார். "இவங்க யாரு?" "இவங்க ஆயிஷா நஜ்முதீன். இவங்கதான் பேட்டி எடுக்கப் போறாங்க, எங்க வச்சி எடுக்கலாம்..." நான் வந்த வேலையில் கவனம் குவித்தேன்.

தாமரை மலர்ந்து மீன்கள் துள்ளிக் குதித்து விளையாடிய நீச்சல் குளம் போன்ற நீர்த்தடாகம் ஒன்று பள்ளிவாசலுக்குள் நுழைந்ததும் குதூகலமூட்டியது. தொழுவதற்கு முன்பாக, இந்தத் தடாகத்தில் கை, முகம், கால்களைச் சுத்தம் செய்து கொள்வார்கள் எனத் தெரிந்து கொண்டேன்.

"பள்ளிவாசலிலேயே தாமரை மலர்ந்திருக்கு பார்த்தீங்களா..." ஆயிஷாவை வம்பிக்கிழுத்தால், ஒளிவளவன் கோபமாகப் பதில் சொன்னார். "தண்ணிலதான் மலரும், தமிழ்நாட்டுல இல்ல."

கால்களைக் கழுவிவிட்டு உள்ளே நுழைந்ததும், இறைவழிபாட்டுத் தலத்துக்கு வந்திருப்பதால், அதற்குரிய மரியாதையைச் செலுத்தும் வகையில் சாமியைக் கும்பிட்டுவிட்டு நோட்டமிட்டேன். செவ்வக வடிவிலான நீண்ட பகுதியின் மேற்கு மூலையில் தொப்பி, முக்காடு அணிந்த சிறுவர், சிறுமியர் குர்ஆன் படித்துக் கொண்டிருந்தனர்.

"குர்ஆன் வகுப்பைப் பள்ளி அப்டின்னுதான் சொல்லுவாங்க. முஸ்லிம்களின் வழிபாட்டுத்தலத்தைப் பள்ளிவாசல்ன்னு சொல்றோம்ல, அந்த மாதிரி. சமணர்கள் பயன்படுத்திய வார்த்தை இது. சமணர்கள் இஸ்லாம் மதத்தைத் தழுவி முஸ்லிம்களான பின்னாடி, இந்த வார்த்தை முஸ்லிம் சமூகத்தில் புழக்கத்துக்கு வந்திருக்குன்னு வரலாற்று ஆய்வாளர்கள் சொல்றங்க..."

வரலாற்று மாணவர் போல சொல்லிக் கொண்டே போனார் ஒளிவளவன். நான் லயிக்கவில்லை. சுற்றுலாத்தலம் ஒன்றிற்கு வந்த விளையாட்டு வீரனின் நிலைமையில் இருந்தேன். பொழுதுபோக்கிற்கு முக்கியத்துவம் கொடுத்துச் சுற்றிப்

பார்க்க முடியாமல், போட்டியில் வெற்றி பெறுவதற்காகப் பயிற்சி ஒன்றையே குறிக்கோளாகக் கொள்வதைப் போலப் பரபரத்தேன். எட்டரை மணிக்குள் Promo-வை ரெடி பண்ணி, காரிகை மேடத்தை கவர வேண்டும் என்ற நினைப்பே என் மூளைக்குள் ஓடியது.

"இவர்தான் இந்தப் பள்ளிவாசலின் தலைமை மதகுரு அலாவுதீன் பாகவி..." குர்ஆன் வகுப்பிலிருந்து எழுந்து எங்களை நோக்கி நடந்துவந்த நபரை அறிமுகப்படுத்தினார் ஒளிவளவன். ஒல்லியான தேகம். அதை மறைப்பதற்காக அணியப்பட்டது போல குர்தா. ஒன்றிரண்டு நரைத்த முடியுடன் தாடி. 30 வயதுக்குள்தான் இருப்பார் என்றாலும், சோர்வை வெளிப்படுத்திய கண்களுடன், இன்னும் பூரணமாக குணமடையவில்லை என்பதைச் சொல்லாமல் சொல்லியது அவரின் நடை. அவர் பின்னாடியே பூனை ஒன்று ஓடி வந்து அவர் கால்களைச் சுற்றிச் சுற்றி வந்தது. அவர் அதைத் தூக்கி இடது கையில் வைத்துக் கொண்டு முதுகைத் தடவிக் கொடுத்து அமரத்துவமாகச் சிரித்தார்.

"இவருக்காகத்தான் நீங்க பேட்டி கொடுக்க தாமதப்படுத்தினீங்களா. வணக்கம் சார், இப்ப உடம்பு எப்படி இருக்கு?"

"பரவா இல்ல, நீங்கல்லாம் என்ன சாப்பிடுறீங்க?"

அவர் கேட்டதும்தான் காலை டிஃபன் சாப்பிடவில்லை என்பதே நினைவுக்கு வந்தது. அந்த வளாகத்தைத் தாண்டியதும், தரையில் கம்பளம் விரிக்கப்பட்ட தொழுகை நடக்கும் மையப் பகுதி விசாலமாகக் காட்சியளித்தது. தொழுகைக்கு வரிசையாக நிற்பதற்கு ஏதுவாகக் கம்பளத்தின் மேல் மூன்று அடி இடைவெளிகளில் கோடுகள் வரையப்பட்டிருந்தன. தொழுகையாளிகள் நோக்கும் திசையில் பிரத்யேகமாக அமைக்கப்பட்டிருந்த, மிஹ்ராப் என்று அழைக்கப்படும் திசை மாடம் துருக்கிய கட்டிடக் கலையைப் பிரதிபலித்தது. கோயில் கருவறை போல, மிஹ்ராபில் கடவுள் அருவமாக இருக்கலாம் என்பதால், அந்தப் பகுதிக்குப் போகாமல் போதிய இடைவெளியைக் கடைபிடிக்க வேண்டுமெனக் கவனப்படுத்திக் கொண்டேன்.

மிஹ்ராபும், அந்தச் சுவர் முழுவதும் பொறிக்கப்பட்டிருந்த அரபி எழுத்துக்களும், ஒளிப்பதிவு செய்வதற்கான அழகான பின்னணி காட்சியாக இருக்கும் என யோசித்துக் கொண்டிருக்கும் போதே, மிஹ்ராப் பகுதியில் வண்ண விளக்குகளை ஒளிரச் செய்தார் ஒளிவேந்தன். அவர் போகும் இடங்களுக்கெல்லாம் கூடவே போனது அந்தப் பூனை.

“அன்பு சார்... இந்த இடத்தில் வச்சி இண்டர்வியூவ ஷூட் பண்றீங்களா?” மிஹ்ராபின் கீழ் பல வண்ண ஒளித் தீற்றலில், கைகளில் பூனையை ஏந்தியவாறு மெழுகு சிலை போல மின்னினார் ஒளிவளவன். அந்தக் காட்சி ரம்மியமாக இருந்தது.

“அங்க வேணாம் சார், அந்த பேக்ரவுண்ட் தெரியுற மாதிரி இங்க இருந்தே ஷூட் பண்ணலாம்...” மிஹ்ராப் பகுதிக்கு போவதற்கு தயங்கினேன். அதை வெளிக்காட்டிக் கொள்ளாமல், தொழில்நேர்த்தியை காரணம் காட்டி, மிஹ்ராப் பின்னணியில் தெரியும் வகையில், இருக்கைகள் போட்டுத் தரும்படி கேட்டேன். ஒளிவளவன் அதற்கான ஏற்பாடுகளைச் செய்தார்.

அப்போதுதான் எனக்கு ஒரு விஷயம் உறுத்தியது. முஸ்லிம்களின் வழிபாட்டுத் தலத்தில், தன்னுடைய சொந்த வீடு போல இந்து ஒருவர் உலாத்துவதும் எங்களுக்கு உபகாரம் செய்வதும் ஆச்சரியமாக இருந்தது. வீட்டையும் நிலத்தையும் தானமாக வழங்கியதால் உரிமை எடுத்துக் கொள்கிறாரா?

மின் இணைப்பு எடுக்க வசதியான இடத்தில் கம்ப்யூட்டர்களை பொருத்தி, இதுவரை ஒளிப்பதிவாளர் எடுத்த காட்சிகளை வைத்து Promo-வை உடனே தயார் செய்ய வீடியோ எடிட்டர்களை அவசரப்படுத்தினேன்.

மூன்று இருக்கைகள் போடப்பட்டது. ஒருவர் பேசுவதை ஒளிப்பதிவு செய்ய ஒரு கேமரா வீதம், மூன்று பேரையும் சேர்ந்த மாதிரி ஒளிப்பதிவு செய்ய ஒரு கேமரா என நான்கு கேமராக்கள் பொருத்தப்பட்டு, ஒளி, ஒலியை நான் சரிபார்த்துக் கொண்டிருக்கும் போதே ஆயிஷா மேடம் மேக்கப் போட்டு நேர்காணல் செய்ய தயாராகிவிட்டார். அவரிடம் Promo-வுக்கான வாசகங்கள் எப்படி வரவேண்டும் என்பதை விவரித்தேன். பொதுவாக நேர்காணல் செய்த பிறகு, அதிலிருந்து Promo

தயாரிப்பதுதான் வழக்கம். இந்த நேர்காணலுக்கு அப்படி செய்ய நேரம் இல்லாததால், Promo-வுக்கான வாசகங்களைத் தனியாக ஒளிப்பதிவு செய்தேன்.

ஆயிஷா: இமாம், இந்துத்துவவாதிகளால் இந்தப் பள்ளிவாசல் குறிவைக்கப்படுகிறதே?

இமாம்: அப்படியா? அப்போ எப்படி மதவெறி மாய்ப்போம் டிரெண்டிங் ஆகுது?

ஆயிஷா: பள்ளிவாசலுக்கு இந்துக்கள் நிலம் வழங்க முடியாதுன்னு நேலூர் இப்ராஹிம் சொல்லியிருக்கிறாரே...

ஒளிவளவன்: அவன் கெடக்குறான் மயிராண்டி.

முழு நேர்காணலும் Pro People சேனலில் இன்னும் சற்று நேரத்தில்...

கடைசி வரியை ஆயிஷா மேடம் கேமராவை பார்த்துச் சொன்னதும் கட் பண்ணி, Promo-வை விரைவாகத் தருமாறு எடிட்டிங் குழுவினரிடம் கேட்டுக் கொண்டேன். மார்க் ஆண்டனி திரைப்படத்தில் எஸ்.ஜே. சூர்யா ஸ்டைலாக சொல்வது போல, 'அவன் கெடக்குறான் மயிராண்டி' என ஒளிவளவன் துள்ளலாகச் சொன்ன வாசகமும் அவர் சொல்லி முடித்ததும் அந்தப் பூனை தாவி அவர் மடியில் அமர்ந்ததும் மாஸ் சீன். Promo-வுக்கான ஒளிப்பதிவு எனக்கு திருப்தியைத் தந்தது. நேர்காணலை ஒளிப்பதிவு செய்ய தயாராவதற்குள் Promo தயாராகிவிட்டது. Promo-வைப் பார்த்த காரிகை மேடம் போனிலேயே என்னைப் பாராட்டினார்.

பதினைந்து இருபது நிமிடம் அளவுக்கு நேர்காணல் செய்தால் போதும், அதற்குத் தகுந்த மாதிரி முக்கியமான கேள்விகளை மட்டும் கேட்குமாறு ஆயிஷாவிடம் சொன்னேன். அவர் நேர்காணலைத் தொடங்கினார்.

ஆயிஷா: மதவெறி மாய்ப்போம் என்பதை தேசிய வாசகம் எனச் சொல்லிவிடலாம் போல, அந்த அளவுக்குக் கடந்த இரண்டு நாட்களாக, சோசியல் மீடியாக்களில் டிரெண்ட் ஆகிவிட்டது. இதற்குக் காரணமான இரண்டு பேரைத்தான்

இன்று நேர்காணல் செய்யப் போகிறேன், நான் உங்கள் ஆயிஷா நஜ்முதீன்.

ஒளிவளவன், உங்க வீட்டைப் பத்து, பதினைந்து வருஷத்துக்கு முன்னாடியே பள்ளிவாசல் சார்பா கேட்டிருக்காங்க, நீங்க கொடுக்கல. இப்ப உங்களை மிரட்டித்தான் எழுதி வாங்கியிருக்கிறதா சொல்லப்படுதே...

ஒளிவளவன்: *யாருங்க... இந்த காமெடிய பரப்பி விடுறது? அப்ப கொடுக்காதவன், இப்ப ஏன் கொடுக்குறேன். அத யோசிக்க மாட்டாங்களா? இப்ப மிரட்டி வாங்குனவங்க, பத்துப் பதினஞ்சி வருஷத்துக்கு முன்னாடி ஏன் மிரட்டல? மீடியாவுல இருக்கீங்க உங்களுக்குத் தெரியும், ரெண்டு வகையான தவறான தகவல்கள் இருக்கு.*

ஒண்ணு Misinformation. அதாவது தவறான அல்லது துல்லியமற்ற தகவல். இன்னொன்னு Disinformation. அதாவது, முக்கியமான பிரச்சினைகளிலிருந்து மக்களைத் திசைதிருப்புவதற்காகவே திட்டமிட்டே பொய்யான தகவலைப் பரப்பிவிடுறது. என்னை மிரட்டி இடத்தை வாங்கிட்டாங்கன்னு சொல்றது இந்த ரெண்டாவது வகைதான். அதாவது Disinformation.

இந்தப் பகுதில தென் மாவட்டங்கல்ல இருந்து ஏராளமான முஸ்லிம்கள் வசிக்கிறாங்க. அவங்களுக்குத் தொழுகை நடத்த ஒரு பள்ளிவாசல் தேவை. அலீ ஹாஜியார் என்பவர் தனக்குச் சொந்தமான இடத்தில் பெரும்பகுதியைப் பள்ளிவாசல் கட்ட விட்டுக் கொடுத்தார். அதனால சின்னதா கட்டுனாங்க. போதுமான இடவசதி கிடையாது. பள்ளியின் இடதுபுறம் அலீ ஹாஜியார் வீடு. வலதுபுறம் எங்கள் வீடு. எங்கள் வீட்டை ஒட்டி பள்ளிவாசல கட்டினதில எனக்கு விருப்பம் கிடையாதுங்க. அப்ப எங்க அப்பா இருந்தாரு. அவர்ட்ட எங்க வீட்ட விலைக்குக் கேட்டாங்க. எங்களுக்கும் கொஞ்சம் கடன் பிரச்சினை இருந்ததால அப்பா வீட்டை விக்குற முடிவுக்கு வந்திட்டாரு.

அப்பத்தான் இந்தப் பகுதில இருக்குற இந்துத்துவவாதிகள் என்னிடம் பேசி, அப்பாவ வீட்டை விக்குறதுக்கு

விடாதீங்கன்னு என்னை மூளைச் சலவை செய்தாங்க. அது மட்டுமில்ல முஸ்லிம்களப் பத்தி எவ்வளவு மோசமான பிம்பத்தை என் மூளையில பதியவைக்க முடியுமோ அந்த அளவுக்கு என்னை உசுப்பேத்தினாங்க. அதுக்குப் பலியான நான், ஒரு கட்டத்துல, வீட்டைப் பெருக்கி குப்பைய பள்ளிவாசலுக்குள்ள கொட்டுறது, தொழுகை நடக்கும் போது, டிவில சவுண்ட ஜாஸ்தியா வைக்கிறதுன்னு தொந்தரவு கொடுத்தேன். தாடிய ஷேவிங் பண்ணி, அதை பள்ளிவாசலுக்குள்ள வீசி இருக்கேன். வெள்ளிக்கிழம பள்ளிவாசல்ல கூட்டம் அதிகமா இருக்கும். எங்க வீட்டை ஒட்டி சைக்கிள், பைக்க நிறுத்துவாங்க. அதுமேல மீன், கறி கழுவின கழிவு தண்ணிய ஊத்தி விடுவேன். போலீஸ்ல புகார் கொடுப்பாங்க. போலீஸ் பேச்சுவார்த்தை நடத்தும். அப்போதைக்கு நான் அமைதியாக இருப்பேன். கொஞ்ச நாள் கழிச்சி மீண்டும் வேலைய காட்ட ஆரம்பிச்சுடுவேன். நான் செய்யாத அட்டூழியமே இல்லீங்க...

ஆயிஷா: இவ்வளவு வன்மத்த வெளிப்படுத்துன நீங்க, திடீர்னு பள்ளிவாசலுக்கு வீட்டையும் இடத்தையும் தானமாக வழங்க ஏன் முடிவெடுத்தீங்க?

ஒளிவேந்தன்: இந்தக் கேள்விக்கு இமாம் அலாவுதீன் பாகவி பதில் சொல்லுவாரு.

அலாவுதீன் பாகவி: அதுக்கு முன்னாடி, ஒரு விஷயத்தைச் சொல்லிக்கிறேன். நீங்க முஸ்லிமா இருக்குறதால, உங்களுக்கு இது புரியும்னு நினைக்கிறேன். உங்க மூலமா மற்ற முஸ்லிம்களுக்கும் இது தெரியட்டும். பொதுவா பள்ளிவாசல்ல வேலை செய்யுற இமாம்கள் அதாவது மதகுருக்களை ஏதோ பாவப்பட்ட ஜென்மம் போல உதாசீனம் செய்யுறதும், கொத்தடிமை போல நடத்துற போக்கும் இருக்கு. அது மாறணும். இமாம் வேலையையும் ஒரு புரஃபஷனா மதிக்கணும். பெரும்பாலான பகுதிகளில், பள்ளிவாசல்களில் வேலை செய்யுற இமாம்களின் குடும்பம் அவங்க சொந்த ஊர்ல இருக்கும். குடும்பம் வேறொரு இடத்தில இருக்குற சூழ்நிலைல, பள்ளிவாசல்ல தங்கி வேலை செய்யும் போது, உடம்பு சரியில்லாம போனாக்கூட

வேலை செய்ய வேண்டிய நிர்ப்பந்தம் ஏற்படுது, லீவ் எடுக்க முடியுறதில்ல. இதையெல்லாம் உணர்ந்து எங்கள கேவலமா நடத்தாம இருக்கணும்.

விஷயத்துக்கு வாரன். போன வெள்ளிக்கெழம எனக்கு உடம்பு சரியில்லாம போச்சி. சளி, இருமல் அதிகமாகி காய்ச்சல் கொதித்தது. மாத்திரை போட்டு எழுந்ததால அடுத்த நாள், கொஞ்சம் காய்ச்சல் குறைந்தது. அதனால, அதிகாலை நேர தொழுகையை என்னால் நடத்த முடிந்தது. தொண்டையில வலி இருந்திச்சி. ஒரு முஸ்லிம் ஐந்து நேரம் தொழுகணும், அது உங்களுக்குத் தெரியும். நான்தான் ஐந்து நேரத் தொழுகையையும் தலைமை தாங்கி நடத்த வேண்டும். பகல் நேர தொழுகைகளில் மௌனமாக மனதுக்குள்ளேயே குர்ஆன் ஓதிக் கொள்ள முடியும் என்பதால், தொண்டை வலியைப் பத்தி அப்போதைக்கு நான் கவலைப்படல.

உடல்நிலை மோசமாக இருக்கும் போது, நான்தான் தலைமை தாங்கித் தொழுகை நடத்தணுங்குற அவசியமில்ல. குர்ஆன் ஓதத் தெரிந்த யார் வேண்டுமானாலும் தலைமை தாங்கித் தொழுகை நடத்தலாம். இருந்தாலும் நான் பணியில் இருக்கும் போது, நானே தொழுகையை நடத்தணும்னு ஆசப்படுவேன்.

சூரியன் மறைந்த பின் தொழுகும் அடுத்த இரண்டு தொழுகையின் போது, குர்ஆனை சப்தமாக ஓதி தொழ வைக்க வேண்டும். தொண்டை நோவு அதிகரிச்ச நிலையில, குரல் அதுக்கு ஒத்துழைக்குமா? ஊருக்குக் கிளம்பிவிடலமா? சமாளித்துவிடலாமா? பள்ளிவாசலின் மொட்டை மாடியில் மாலை அஞ்சு மணி வாக்கில் குறுக்கும் நெடுக்குமாக மெதுவாக நடந்து கொண்டே யோசித்தேன்.

மிக்ஜாம் புயலுக்கு ரெண்டு நாள் முன்னாடி. அப்பவே மழை வேலைய காட்டத் தொடங்கிடுச்சி. பனிக்கட்டியைச் சுமந்த பொதி மாதிரி மேகம் அல்லாடிக் கொண்டிருந்தது. ஆழ்ந்த சிந்தனையில் கண்களை மூடி மூச்சை உள்ளே இழுத்து நிறுத்தி மெதுவாக வெளியேவிட்டேன். குளிர்ந்த காற்று முகத்தில்பட்டு காய்ச்சலின் வெம்மையைக் குறைத்தது. திடீரெனச் சூறாவளி போல காற்று சுழன்றடிக்கவும்

மாடியில் கிடந்த குப்பை கூளங்களையெல்லாம அடித்துக் கொண்டு போய் ஒரு மூலையில் சேர்த்தது. லேசாகத் தூரல் தொடங்கியது. நனையாமல் ஓரமாக ஒதுக்கிக் கொண்டு மழைச்சாரலை ரசித்துக் கொண்டிருந்தேன். அப்போது பக்கத்து வீட்டில், ஒளியோட அம்மா, காயப்போட்டிருந்த துணிகளை எடுக்க மாடிக்கு வந்தார். என்னைப் பார்த்ததும் அவர் முகத்தில் வழக்கமாக நிழலாடும் வெறுப்பு வெளிப்பட்டது. மழை வலுக்கத் தொடங்கியதும் என் அறைக்கு வந்துவிட்டேன்.

ஆயிஷா: ஒளிவளவன், நான் கேட்ட கேள்விக்கு அலாவுதீன் பாகவி பதில் சொல்லலியே. பள்ளிவாசல் இந்தப் பகுதியில செயல்படுவதற்கு எதிரா இருந்த நீங்க, எப்படி உங்க வீட்டையும் நிலத்தையும் பள்ளிவாசலுக்கு இலவசமாகக் கொடுக்க முன்வந்தீங்க?

சுத்த தமிழிலும் பேச்சு வழக்கிலும் இமாம் மாறி மாறிப் பேச, இண்டர்வியூவ் ரொம்ப சலிப்பாக இருந்தது. அதனால், இடையில் புகுந்து கேள்வி கேட்கச் சொல்லி நான்தான் கண்ணசைத்தேன். அலுவலகத்துல இருந்து கால் வரவும், பள்ளிவாசலுக்கு வெளியே வந்தேன்.

"அன்பு சார்... *Promo* செம்ம ரீச். *Promo* வெளியான பத்து நிமிஷத்துல பத்து லட்சம் பார்வையாளர்களைக் கடந்திருக்கு சார்." என்னுடைய ஜூனியர் அலெக்ஸாவின் விவரிப்பில் பூரிப்பு வெளிப்பட்டது.

"ஓகே அலெக்ஸா... லைவ் யூனிட் மூலம் இண்டர்வியூவ் விசுவல் வந்திக்கிட்டிருக்கு, ஷூட் முடிந்த உடனேயே யூடியூபில் அப்லோட் செய்திடணும். சரியா..."

"ஓகே சார்... சார்... சார்... போன வச்சிடாதீங்க. *Thumbnail* கொடுத்திட்டீங்கன்னா, அத கிராஃபிக்ஸ்ல கொடுத்து எடிட் பண்ணி, வீடியோவ அப்லோட் பண்ண ரெடியாயிடுவேன்."

"இப்பத்தான் இண்டர்வியூவ் சூடுபிடிக்குது. கேட்ச்சியான வாசகம் இன்னும் கிடைக்கல. கிடைத்ததும் அனுப்புறேன்.

ரெடி பண்ணிடு...” வேலையைப் பகிர்ந்தளித்துவிட்டு, மீண்டும் நேர்காணலில் கவனம் செலுத்தினேன்.

ஒளிவளவன்: ரொம்ப அவசரப்படுறீங்க மேடம்... பரபரப்பான தகவல் எதுவும் கிடைக்கலன்னா, உங்களுக்குத் திருப்தி ஏற்படாதே. மழை பேஞ்ச அடுத்த நாள், ஈவ்னிங் பள்ளிவாசலுக்கு வந்தேன். சூரியன் மறைந்த பிறகு நடக்கும் தொழுகைன்னு இமாம் சொன்னாருல்ல, அது மஃரிபு தொழுகை. அந்தத் தொழுகையை இமாம்தான் நடத்தினார். குர்ஆன் வசனங்களை அவரால் ஓத முடியவில்லை. தொண்டை மோசமாகப் பாதிக்கப்பட்டிருக்கும் போல. ரொம்பவே சிரமப்பட்டார். தொழுகை முடியும் வரை காத்திருந்தேன்.

“அலீ ஹாஜியார்... அலீ ஹாஜியார்... வெளிய வாங்க...” அந்தப் பள்ளிவாசல் தலைவரைச் சத்தம் போட்டுக் கூப்பிட்டேன். வேண்டுமென்றே, உள்ளே இருந்தவர்களைக் கலவரப்படுத்தும் நோக்கில், என் குரல் தொனியை வினோதமாக உயர்த்தினேன்.

அஞ்சு வருஷத்துக்கு முன்னாடி நான் வெளிநாட்டுக்குப் போயிட்டேன். அதன் பிறகு பள்ளிவாசல் நிர்வாகிகள் நிம்மதியா இருந்திருப்பாங்க. அவங்க நிம்மதியைக் கெடுக்குற மாதிரி சத்தம் போட்டேன். தொழுகைக்கு வந்திருந்தவர்கள் அனைவரும் என்னுடைய சத்தத்தைக் கேட்டு வெளியே வந்தனர். திடீர்னு நான் அலப்பறை பண்ணுறத பார்த்து, அவங்களுக்கு அதிர்ச்சியா இருந்திருக்கலாம்.

“ஏங்க... ஒரு மனுஷன் முடியாம இருக்காரு, இரக்கமே இல்லையா?” பரிதாபத்தோடு தாழ்ந்த குரலில் அப்பாவியைப் போல கேட்டுவிட்டு அனைவரின் முகத்தையும் பார்த்தேன். இப்பத்தான் பைத்தியம் மாதிரி கத்தினான். திடீர்னு சாந்த சொரூபி மாதிரி பேசுறானேன்னு குழம்பிப் போய் என்னைப் பார்த்தனர்.

“என்ன ஒளி, எப்ப வந்த? நல்லா இருக்கியா?” அலீ ஹாஜியார் ஆதுரத்துடன் கேட்கவும், மற்றவர்களுக்குக் கோபம் வந்தது.

“ஹாஜியார் நான் நல்லா இருக்கேன். இமாமுக்கு முடியலல்ல... அவர ஏன் தொழுக வைக்கச் சொல்றீங்க, குர்ஆன் ஓதுறதுக்கு எவ்வளவு கஷ்டப்படுறாரு, நீங்க யாராவது ஒரு ஆள் தொழுகை நடத்தலாம்ல...”

நான் இப்படி பேசியதும் எல்லோரும் ஆச்சரியத்தோடு எனக்குப் பக்கத்துல வந்தாங்க. என்னடா இது, முஸ்லிம்கள கொஞ்சமும் பிடிக்காத, மதவெறிப்பிடிச்ச ஒருத்தன் பள்ளிவாசல் இமாம் மீது இவ்வளவு அக்கறையோட, பள்ளிவாசல் தலைவரையே அதட்டி கேள்வி கேட்குறானேன்னு எல்லாரும் அதிசயமா பார்த்தாங்க. இதுவரைக்கும் ஒளிவளவன வில்லனாத்தானா பார்த்திருந்தாங்க. இனிமே ஹீரோவா பார்க்கப் போறாங்க...

அருகில் இருந்த இமாமின் தோளை உலுக்கிவிட்டு கைகளைத் தட்டி ஆயிஷா மேடத்தை நோக்கி விரலை நீட்டிக் குலுங்கி குலுங்கிச் சிரித்தார் ஒளிவளவன். உதட்டுச் சுளிப்பு, நொடியில் மாறும் கண்களின் பாவம், கைகளை ஆட்டிக் காட்டிச் சம்பவங்களை விளக்குவது என சினிமா வில்லன் போல இருந்தது அவரின் மேனரிஸம். இப்போதுதான் இண்டர்வியூவில் சுவாரஸ்யம் எட்டிப் பார்த்தது.

ஆயிஷா: ஆமா... எனக்கும் ஆச்சரியமாத்தான் இருக்கு. என்ன நடந்திச்சி? இந்த அஞ்சு வருஷத்துல. முஸ்லிம் நாடு எதுக்கும் போய், நீங்க முஸ்லிமா மதம் மாறிட்டீங்களா?

ஒளிவளவன்: ஹா ஹா ஹா... இல்ல மேடம். நான் முஸ்லிமா மாறி இருந்தா, இப்போ ட்ரெண்ட் ஆகி இருக்க மாட்டேனே, விஷயத்த கேளுங்க.

“இல்ல ஒளி, வேற யாராவது தொழுகை வைக்கட்டும்னுதான் சொன்னேன். ஆனா இமாம்தான் கேட்கல...”ன்னு தலைவர் அலீ ஹாஜியார் சொல்லவும்,

“இனிமேலாவது, அவர் உடம்பு சரியாக வரைக்கும் வேற யாராவது தொழுகை நடத்துங்க... அப்புறம் ஹாஜியார், இன்னையோட என் பஞ்சாயத்து முடிஞ்சிரும். இனி உங்க பக்கமே நான் வர மாட்டேன்...” அப்டின்னு சொன்னேன்.

“என்ன ஒளி... என்ன சொல்ற...” ஹாஜியாருக்கு நான் சொல்ல வர்றது புரியாம பதட்டமானாரு.

எதுக்கு இப்ப இவன் நடிக்கிறான், என்ன பிரச்சினைய கூட்டப் போறானோன்னு நினைச்சிருப்பாரு. நான் பிரச்சினை பண்ணின காலத்துல இருந்த மாதிரி இப்ப அவர் இல்ல. நல்லா தளர்ந்து போயிட்டாரு. அப்போ இருந்த வேகமும் அவர் நடைல இல்ல. பார்வையில ஒரு தீட்சண்யம் தெரிந்தது.

“ஹாஜியார், எங்களோட வீட்டையும், அந்த இடத்தையும் பள்ளிவாசலுக்குத் தானமா எழுதித் தந்திடுறேன். அதுக்கான டாகுமெண்ட்லாம் உங்கள்ட்ட கொடுக்கத்தான் வந்தேன். இமாம் முன்னாடி வாங்க, உங்க ரெண்டு பேர் கைலயும் இதை ஒப்படைக்கிறேன்...”

நான் சொன்னதை யாரும் நம்பல. ஏதோ சதி இருக்கும்னு நெனச்சி, மிரண்டு போய் என்னைப் பார்த்தாங்க. நான் தனியாத்தான் போயிருந்தேன்.

“என்னப்பா சொல்ற... உங்க அப்பா அப்பவே பள்ளிவாசலுக்கு விக்கிறதுக்கு முடிவு பண்ணினப்ப, நீதான் தடுத்த. இப்ப என்னடான்னா, இலவசமாவே தர்றேன்னு சொல்ற. என்ன ஆச்சி உனக்கு, சுய நினைவோடதான் இருக்கியா? சரக்கு அடிச்சிருக்கியா? அம்மா எங்க? நீ இங்க வந்தது உன் அம்மாவுக்குத் தெரியுமா?”

தலைவர் என்னை நிதானமா கையாண்டாரு... தொழுகைக்கு வந்திருந்தவர்களும் நான் பேசுறதுல ஏதோ சதி இருக்குமோன்னு குசுகுசுத்ததைப் பார்த்தேன்.

ஆயிஷா: பயங்கர சஸ்பென்ஸா இருக்கே, என்ன நடந்திச்சி? கடுமையான முஸ்லிம் விரோதப் போக்கைக் கடைப்பிடிச்ச ஒளிவளவன், எப்போ, எப்படி திடீர்னு மாறினாரு, அதச் சொல்லுங்க...

அலாவுதீன் பாகவி: அவசரப் படாதீங்க மேடம். ஒளியோட மாற்றத்துக்கு என்ன காரணம்னு நான் சொல்றேன்.

ஆயிஷா: சினிமா மாதிரி பல திருப்பங்களைக் கொண்டதா இருக்கும் போலயே... சரி சொல்லுங்க இமாம்...

நேர்காணல் விறுவிறுப்பாகச் சென்று கொண்டிருந்தது. வீடியோ எடிட்டர்களைப் பார்த்துக் கண்களை அசைத்தேன். நான்கு கேமரா விசுவல்களையும் நேர்த்தியாக ஒருங்கிணைத்து எடிட் செய்து, அலுவலகத்துக்கு அனுப்பிக் கொண்டிருப்பதாகக் கட்டை விரலை உயர்த்திக் காட்டி சைகை செய்தனர்.

அலாவுதீன் பாகவி: மழை கடுமையா பெய்ததுன்னு சொன்னேன்ல... அப்போ மாடிப்படி வழியா மழைத் தண்ணீர் என்னோட ரூமுக்கு வந்தது. இதுவரைக்கும் அப்படி வந்ததில்ல. அப்போ ஒரு பூனை தொடர்ந்து கத்திக்கிட்டே இருந்திச்சி. வழக்கத்தவிட அதிகமா மழை பெய்யுதேன்னும் பூனைக்கு என்ன ஆச்சுன்னும் பார்க்க மாடிக்குப் போனேன். கடுமையா இருட்டி, எதிர்ல இருக்குறவங்க தெரியாத அளவுக்குச் சோன்னு மழை பெஞ்சது. நம்ம மாடிலதான் தண்ணி நிக்குது, பக்கத்து மாடில என்ன நெலமன்னு பார்க்க குடைய பிடிச்சிக்கிட்டுப் பூனையைத் தேடினேன். அப்போ நான் பார்த்த காட்சி அதிர்ச்சியில என்னை நிலைகுலைய வச்சிடுச்சி...

சற்றுநேரம் அமைதியாக இருந்த இமாம், தலையைக் குனிந்து கண்களைக் கசக்கினார். இண்டர்வியூவ் தடைபட்டது.

“இமாம், அதான் ஒண்ணும் ஆகலைல, ஃபீல் பண்ணாதீங்க...” சுதாரித்துக் கொண்ட ஒளிவளவன், அருகில் இருந்த இமாமின் தொடையில் கைவைத்து அவரை ஆசுவாசப்படுத்தினார்.

இமாமின் கண்களில் இருந்து விழுந்த கண்ணீர்த் துளிகள், ஒளிவளவனின் இடதுகை மேற்பரப்பில் பட்டது. இதனை கேமரா மானிட்டர் வழியாகப் பார்த்துக் கொண்டிருந்தேன். உடனே எடிட்டிங் அணியினரிடம் சென்று, இந்தக் காட்சியை குளோஸ் அப்பில் காட்டுவது போல எடிட் செய்யச் சொன்னேன்.

அலாவுதீன் பாகவி: பக்கத்து மாடில பூனை ஒண்ணு தண்ணிக்குள்ள வர்ரதும், திரும்ப தாழ்வாரத்துக்குப் போறதுமா பயங்கரமா கத்திக்கிட்டு இருக்குறதப் பார்த்தேன். ஒளியோட அம்மா,

மட்ட மல்லாக்க படுத்த வாக்குல எந்த அசைவுமில்லாம தண்ணீல மூழ்கிக் கிடந்தாங்க. கணுக்கால் அளவைத் தாண்டி மாடில தண்ணி இருந்தது. இன்னும் கொஞ்சம் நேரம் தாண்டியிருந்தா, உடல் முழுவதும் தண்ணில முங்கியிருக்கும். அவங்க வீட்டுப் பூனைதான் போல, அதான் கத்திக் கூப்பாடு போட்டிருக்கு. அந்த மாடிக்கிட்ட போனதும் அதிர்ச்சியில நான் உறைந்து போனாலும் தாமதிக்காம உடனே சுவரைத் தாண்டி அவங்க மாடிக்கு ஏறிக் குதிச்சேன்.

அவங்கள தூக்கிட்டு, வீட்டுக்குள்ள ஓடினேன். அங்க இருந்த சோஃபாவுல அவங்கள படுக்க வச்சிட்டு, ஜன்னலுக்கு வெளியே தலையை நீட்டிக் கத்தினேன். அக்கம் பக்கத்து பெண்களெல்லாம் ஓடி வந்தாங்க. அவங்க பார்த்திட்டு, உயிருக்கு ஆபத்தில்லைன்னு தெரிஞ்சதும், ஆஸ்பத்திரிக்குக் கொண்டு போனாங்க. நான் வந்த வழியாகவே என் ரூமுக்கு திரும்பினேன். தொழுகை நேரம் வந்துட்டதால தொழ வைக்கப் போயிட்டேன். தொழுது முடிச்சிட்டு வந்து, ஹாஸ்பிடல்ல விசாரிச்சேன். என்னை மாதிரியே, ஒளியோட அம்மாவும் முடியாமத்தான் இருந்திருக்காங்க. சீசனல் ஜுரம் எல்லா இடத்துலயும். நல்ல காய்ச்சல் போல... ஒழுங்கா சாப்பிடலயோ என்னமோ தெரியல, மாடில அவங்க மயங்கி விழுந்திருக்காங்க. ஃபாரின்ல இருந்து வந்திருந்த ஒளி, மாமியார் வீட்டுக்குப் போயிருந்த நேரத்துலதான் இந்த அசம்பாவிதம் நடந்திருச்சு. தகவல் கேட்டு ஒளி ஹாஸ்பிடலுக்கு வந்துக்கிட்டிருக்கிறதா சொன்னாங்க.

ஒளிவளவன்: இங்க நான் இருக்குறப்ப, முஸ்லிம்களப் பத்தி தப்பு தப்பா என்ட்ட சொல்லி வச்சிருந்தாங்க. அவனுங்க சொல்ற பொய்யெல்லாம் நம்புற மாதிரியே இருக்கும். நாம கெழக்கப் பாத்து சாமி கும்பிடுறோம், துலுக்கனுங்க மேற்க பாத்து தொழுவுறானுங்க. இந்துக்களுக்கு எதிராவே எல்லாத்தையும் பண்றதுதான் துலுக்கனுங்க வேலையே... அப்டிம்பானுங்க, நாம நம்பிடுவோம். கொஞ்சம் சுதாரிச்சி, அப்ப ஏண்டா நம்ம கோயில்ல ஒரு குறிப்பிட்ட சாதி மக்கள உள்ளவிட மாட்டுறீங்கன்னு கேட்டா, அது ஆகம விதி, ஆமணக்கு விதின்னு இழுப்பானுங்க.

நாம தெய்வமா வணங்குற கோமாதாவ துலுக்கனுங்க கொன்னு சாப்பிடுறானுங்க அப்டின்னு நம்ம மண்டைய கழுவுவானுங்க. ஆனா, இந்தியாவுல இருந்து வெளிநாடுகளுக்கு மாட்டுக்கறி ஏற்றுமதி பிசினஸ்ல ஹிந்துக்களும்தான் கொடிகட்டிப் பறக்குறாங்க. இப்படி நாம பாயிண்ட் பாயிண்ட்டா பேசினா, அடுத்து துலுக்கனுங்கள்ட்ட தேசபக்தியே கிடையாது, அவனுங்க பாகிஸ்தானுக்குத்தான் விசுவசமா இருப்பாங்கன்னு ஒரு கண்டுபிடிப்ப சொல்லுவானுங்க...

அப்டிலாம் ஒரு எழவும் கிடையாது. முஹம்மது அலீ ஜின்னா பாய் தம்மடிச்சிக்கிட்டு, தண்ணியடிச்சிக்கிட்டு அவருக்கும் இஸ்லாத்துக்கும் சம்பந்தமே இல்லாமத்தான் வாழ்ந்துக்கிட்டு இருந்தாரு. இவனுங்கதான் இந்தியா என்பது இரண்டு தேசம், ஒன்று இந்து தேசம், இன்னொன்று முஸ்லிம் தேசம்னு முதலில் கிளப்பிவிட்டானுங்க. அதுக்குப் பின்னாடிதான் தேசம் பிளவுபட்டிச்சி. விடுதலைப் போராட்ட காலத்துல ஜெயில்ல இருந்து விடுதலையாகுறதுக்காக பிரிட்டிஷ்காரன்ட்ட மன்னிப்பு கடிதம் எழுதிக் கொடுத்து, வெளிய வந்த பின்னாடி வெள்ளைக்காரன்ட்ட பென்சன் வாங்குனாரே, அவர்தான் இந்த இரண்டு தேசக் கொள்கைய அறிமுகப்படுத்துனாரு. இமாம் யாருங்க அவரு, பேரு நினைவுக்கு வரமாட்டேங்குது...

அலாவுதின் பாகவி: விநாயக் தாமோதர் சாவர்க்கர்

ஒளிவேந்தன்: யெஸ், சாவர்க்கர். இப்படி இவனுங்க சொல்ற ஒண்ணுலகூட உண்மை இருக்காது. நான் இப்ப சவூதில வேலை செய்யுறேன். அங்க போன பின்னாடிதான் இஸ்லாம், முஸ்லிம்கள் பத்தி தெரிஞ்சிக்கிட்டேன். இஸ்லாம் மார்க்கம் பத்தி நிறைய படிச்சேன். இஸ்லாம் பத்தி மட்டுமில்ல இந்துத்துவம் பத்தியும் படிச்சேன். அதனால, அப்பவே என் மனசுக்குள்ள ஒரு முடிவெடுத்தேன். அப்பாவோட ஆசைப்படி, என்னோட இடத்தைப் பள்ளிவாசலுக்கு வித்திடலாம்னு. பாருங்க இறைவனோட நாட்டம், இலவசமாகவே கொடுக்குற அளவுக்கு ஒரு சூழ்நிலை உருவாகிடுச்சி. என் அம்மாவுக்கு உயிர்ப்பிச்சை கிடைச்சிருக்கு. இந்த உதவிக்கு எதுவுமே ஈடாகாது. அல்லாஹ்வுக்கே புகழனைத்தும்.

ஆயிஷா: ஓ இதுதான் காரணமா... என்னென்னமோ தகவல்கள் சமூக வலைத்தளங்கல்ல சுற்றி வர, நீங்கள் பள்ளிவாசலுக்கு இடத்தைக் கொடுத்ததுக்குப் பின்னால, ஒரு மனிதாபிமான செயல் இருப்பது Pro People சேனல் மூலமா வெளிய வந்திருக்கு. சொல்லப் போனா இமாமும் இந்தப் பூனையும்தான் டிரெண்ட் ஆகியிருக்கணும்.

மடியில் கிடந்த பூனையை ஆயிஷா தடவிக் கொடுத்தார். அது குழந்தை போல அப்படியே கண் மூடி படுத்திருந்தது. மூவர் மடியிலும் மாறி மாறித் தாவித் தாவி அமர்ந்து, சோகமான விஷயங்களைச் சொல்லும் போது முகத்தை உம்மென்று உணர்ச்சியை வெளிப்படுத்தியும், ஒளிவளவன் ஜாலியாக பேசும் போது உடலை நெளித்து வளைத்து அபிநயம் செய்தும், வெறுமனே இரண்டு பேர் பேசிக் கொண்டிருந்த இண்டர்வியூவை கிளர்ச்சியூட்டும் குறும்படம் போல மாற்றியது இந்தப் பூனைதான்.

ஆயிஷா: கடைசியா ஒரு கேள்வி. பள்ளிவாசலுக்கு இந்து ஒருத்தர் இடம் தானமாக வழங்க முடியாதுன்னு இந்துத்துவ அணியில் இருக்கும், நேலூர் இப்ராஹிம் சொல்றாரே...

ஒளிவேந்தன்: அவன் கெடக்குறான் மயிராண்டி... அவனவிட எனக்கு இஸ்லாம் அதிகமா தெரியும். இனியும் எவனும் மதவெறியால என்னைத் திசைதிருப்ப முடியாது.

ஆயிஷா: உங்கள் இருவருக்கும் நன்றி.

முதலில் எடுக்க வேண்டும், அதுவும் கண்டென்ட் வைரலாகுற மாதிரி இண்டர்வியூவ் எடுக்க வேண்டும். ஒருவேளை திருப்திகரமாக கண்டென்ட் வரவில்லை என்றால், காரிகை மேடத்திடம் திட்டு வாங்கி அவமானத்தால் கூனிக்குறுகி நிற்க வேண்டும். ஒவ்வொரு முறை நேர்காணல் தொடர்பான தயாரிப்பு பணிகளைச் செய்யும் போதும் தரையில் துள்ளும் மீனைப் போல மூச்சிமுட்டி பதற்றத்திலேயே இருப்பது பழகிவிட்டது. நேர்காணல் எதிர்பார்த்தபடி முடியவும்தான் தண்ணீருக்குள் சுவாசம் மீண்ட மீனாவேன். காரிகை மேடத்திடம் நல்ல பெயர் வாங்கிவிடலாம் என்ற திருப்தி தந்த உற்சாகத்தில் அலெக்ஸாவுக்கு கால் பண்ணினேன்.

“அலெக்ஸா, இண்டர்வியூவ் முடிஞ்சிருச்சி. Thumbnail ரெடி பண்ணிடு. என்ன வாசகங்கள் வரணுங்கிறத வாட்ஸ்அப் பண்ணியிருக்கேன். ஒளிவளவன், இமாம் படங்களையும், இந்தப் பள்ளிவாசல், அதுக்குப் பக்கத்துல இருக்குற வீட்டையும் வைத்து கிராஃபிக்ஸ் கார்ட் ரெடி பண்ணிடு...” படபடவெனச் சொல்லி முடித்தேன்.

“ஓகே சார்... நீங்க அங்க இருந்து கிளம்புறதுக்குள்ள யூடியூப்ல இண்டர்வியூவ்வ பார்க்கலாம்...”

“தேங்ஸ் அலெக்ஸா...” சொல்லி முடித்துவிட்டுத் திரும்ப, டிஃபன் வந்து கொண்டிருந்தது. ஒளிவளவனும் அலாவுதீன் பாகவியும் எனக்கு ஆலிங்கனம் செய்து நன்றி தெரிவித்துவிட்டுச் சாப்பிட அழைத்தனர்.

“அன்பு சார்... உங்க சேனலோட ஸ்பெஷலே நீங்க, ஏடாகூடாம வைக்கிற *Thumbnail*-லும் தலைப்பும்தான். இந்தப் பேட்டிக்கு என்ன வைக்கப் போறீங்க?” சொல்லிவிட்டு கிண்டலாக சிரித்தார் ஒளிவளவன்.

“இன்னும் கொஞ்ச நேரத்துல நீங்களே பார்த்துத் தெரிஞ்சிக்கிடலாம் சார், எல்லாம் ரெடியாயிடுச்சி...”

“யப்பா... என்னோட இண்டர்வியூவ்வ என்னையே பார்க்கச் சொல்றீங்களே, இது நியாயமா? யார்ட்டயும் சொல்ல மாட்டேன், *Thumbnail* என்ன வச்சிருக்கன்னு சொல்லுங்க...”

அலெக்ஸாவுக்கு அனுப்பிய மெஸேஜை அவரிடம் காட்டினேன்.

Thumbnail: **“உயிர்ப் பிச்சைக்காகத் தானமாகக் கொடுத்தேன்”**

Title: **பள்ளிவாசலுக்கு இடம் கொடுக்க மிரட்டப்பட்டாரா? *Trending* இளைஞர் *OLI VALAVAN INTERVIEW***

“இமாம் இங்க பாருங்க, எவ்வளவு மூச்ச பிடிச்சி நாம பேட்டி கொடுத்தோம். ரெண்டே வரில நெகட்டிவ்வா வச்சி செஞ்சிட்டீங்க அன்பு சார்... வீவ்ஸ் பிச்சிக்கும்...”

☐ உயிர்மை, மார்ச் 2024

ஊழி பெயரினும்

நாளைக்கு ஸ்கூலுக்கு 20 ரூபாய் கொண்டு போகவில்லை என்றால் என்னவெல்லாம் நடக்குமோ? பயத்தில் அப்துல்லாவுக்குத் தூக்கம் வரவில்லை. வகுப்பைவிட்டுத் துரத்திவிடுவார்களோ, பள்ளிப் படிப்பே நின்று போய்விடுமோ? நினைக்க நினைக்க நெஞ்சு படபடத்தது. ஒருக்களித்துக் கிடந்தவனுக்கு முற்றத்தில் விழுந்த நிலா வெளிச்சமும் அணைத்துக் கொண்டு படுத்திருந்த உம்மாவின் ஸ்பரிசமும் ஆறுதலாக இருந்தது. அவனது எதிர்காலம் பற்றிய கனவுகளைச் சொல்லிக் கொண்டே அவனைத் தூங்க வைப்பது உம்மாவுக்கு வழக்கம். இன்று அசதியில் அப்துல்லாவுக்கு முன்பாகவே தூங்கிவிட்டார்.

கூடத்தில் தூங்கும் வாப்பாவின் குறட்டைச் சத்தம் கேட்டது. தலையைத் தூக்கிப் பார்த்தான். அவரது தலைமாட்டில் இருந்த சிம்னி விளக்கு மஞ்சளாகக் கசிந்தது. விளக்கின் சிமிழ் மேல் வைக்கப்பட்ட பிளேடு மீதிருந்த கொசுவிரட்டி பட்டையிலிருந்து மணக்கும் புகை அசைந்தது. உடல் முழுவதும் போர்வையால் மூடியிருக்க, சிம்னி விளக்கின் மங்கிய புகை ஒளியில் தெரிந்த கறுத்த முகம் பயமூட்டியது. இரக்கத்தை ஏற்படுத்தும் வாப்பாவின் முகம், அந்தச் சம்பவத்துக்குப் பின்பு கோரமாகி, அச்சம் தருவதாக மாறிவிட்டதை நினைத்து அப்துல்லா நடுங்கி ஒடுங்கினான்.

கேட்டிருந்தால் எப்பாடுபட்டாவது 20 ரூபாயை வாப்பா ஏற்பாடு செய்து தந்திருப்பார். “அத்துலா... உங்கம்மா கசாமா படிச்சவடா. நான் படிக்காதவன். கைநாட்டு. சாகுல்னு தமிழ்ல கையெழுத்து போட எனக்கு நீதான கத்துக் கொடுத்த. அப்டியே இங்லிஷ்ல நாலு எழுத்து எழுதிக் கையெழுத்துப் போட்டு

86 | மால்கம்

உங்கம்மாவ செவிக்கணும்டா. சொல்லிக் கொடுப்பியா?" இப்படி ஏங்குபவரிடம், ஆங்கிலம் படிப்பதற்காக 20 ரூபாய் தேவை என்றால் தராமலா போய்விடுவார். மெழுகுவர்த்தியாய்க் கரைந்து கொண்டிருக்கும் வாப்பாவிடம் கேட்க அப்துல்லா துணியவில்லை. வாப்பாவிடம் கேட்பது இருக்கட்டும், 20 ரூபாய் தேவை என்பதை உம்மாவிடமும் அவன் தெரிவிக்கவே இல்லை.

சாகுல் என்பது அப்துல்லாவின் வாப்பா பெயராக இருந்தாலும், அவரை சாவண்ணா காக்கா என்றுதான் ஊரே கூப்பிடும். முழுப் பெயரையும் சொல்லி அழைக்காமல் மரியாதைக்காக முதல் எழுத்தை மட்டும் சொல்லி அழைக்கும் வழக்கம் ஊரில் நெடுங்காலமாக இருந்து வருகிறது. கதீஜா என்ற பெயரும் கதீஜாம்மா என அன்பு போந்து, பின்பு கதிசாம்மா ஆகி கசாமா என மருவிவிடும். வாப்பாவைவிட உம்மா படித்தவர் என்றால், பெரிய படிப்பு ஒன்றும் இல்லை. ஆறாவது வரை உம்மா படித்திருக்கிறார். உம்மாவின் படிப்பைத் தொட்டுவிட்டான் அப்துல்லா.

சுன்னத் கலியாணம் முடிஞ்சு பெரிய மனுஷனான பின்னாடிதான் ஆம்புளப் புள்ளைகளோட வாழ்க்கையும், வயதுக்கு வந்து பெரிய மனுஷியான பின்னாடிதான் பொம்பளப் புள்ளைகளோட வாழ்க்கையும் தொடங்குதுன்னு ஊரில் பெரியவர்கள் பேசிக் கொள்வது வழக்கம். சுன்னத் கலியாணமும், வயதுக்கு வருவதும் பயத்தையும் பரிதவிப்பையும் சின்னப் பிள்ளைகளிடம் உருவாக்கி அவர்களை அலைக்கழித்துவிடுகிறது. ஆணுறுப்பின் முன்தோலை அகற்றும் சுன்னத் கலியாண வைபவம், ஆண் பிள்ளைகளின் கொடுங்கனவாகும்.

இதேபோல, ஐந்தாவது வரை படித்த படிப்பு சும்மாதான், ஆறாவதுல இருந்துதான் பெரிய படிப்பே தொடங்குதுன்னும் பயமுறுத்தி வந்தார்கள். நன்றாகப் படிக்க வேண்டுமென்பதற்காகச் சொல்லப்பட்டிருந்தாலும், சிங்கம் புலி இருக்கும் காட்டுக்குள், பேய் பிசாசு இருக்கும் கப்ருஸ்தானுக்குள் வந்துவிட்டீர்கள் என அச்சுறுத்துவது போலவே இருக்கும், பெரியவர்களின் உபதேசமெல்லாம்.

மருத்துவ சிகிச்சையை ஒத்ததுதான் என்றாலும், சுன்னத் கலியாணம் என்ற சொல்லைப் பொதுவெளியில் சொல்ல கூச்சப்படுபவர்களும் இருக்கத்தான் செய்கிறார்கள். ஆண்கள் பெண்களிடம் பேசும் போது மார்க்க கலியாணம் என்றும், மற்ற சமூகத்து ஆட்களிடம் பேசும் போது கத்னா செய்யுறது, சர்கம்சிசன் ஆபரேசன் பண்றது என நாசூக்காகப் பேசுறதும் ஊரில் உண்டுதான்.

அப்துல்லா பெரிய மனுஷனாகவுமில்லை. ஆறாம் வகுப்பைப் பார்த்து மிரட்சியடையவுமில்லை. ஒரே பிள்ளைதான், ஐந்தாம் வகுப்பு விடுமுறையில் சுன்னத் கலியாணம் பண்ணிவிடலாம் என்றுதான் வாப்பாவும் உம்மாவும் முடிவு செய்திருந்தார்கள். சுன்னத் கலியாணம் என்றால், அதுவும் கலியாணம் மாதிரிதான். அதே செலவு, அதே பரபரப்பு, அதே பதைபதைப்பு. என்ன பொண்ணு மட்டும் கிடையாது, அவ்வளவுதான். சொந்த பந்தத்தை அழைக்க வேண்டும், அதற்கு அழைப்பிதழ் அச்சடிக்க வேண்டும், ஊர்மெச்ச விருந்து வைக்க வேண்டும், யாரையாவது அழைக்காமல் விடுபட்டுப் போனால் கலியாண வீடு, களேபர வீடாகிவிடும்.

வீட்டிற்கு வெள்ளை அடித்துச் சோபையைக் கூட்டி, அக்கம்பக்கத்து வீடுகளுக்கும் சேர்த்து வீட்டு வாசலில் கடற்கரை மணலால் புது வாசம் பரப்பி, தென்னங்கீற்றால் பந்தல் வேய்ந்து குளுமையை இறக்கி, மங்களகரம் மிளிர குலை தள்ளிய வாழை மரம் நட்டு, 'எல்லாப் புகழும் இறைவனுக்கே..., அல்லாஹ் ஒருவனே துணை நமக்கு...' எனச் சுருதிக் கட்டையை உயர்த்தி நாகூர் ஹனிபா பாட்டு இசைத்தால் அந்தத் தெருவுக்கே கலியாணக் களை வந்துவிடும். முந்தின நாளே நெருங்கிய சொந்த பந்தங்கள் கூடிவிடும்.

பந்தலைத் தாங்கிப் பிடிக்கும் கம்புகளையும் வாழை மரத்தையும் சுற்றிச் சுற்றி ஓடியாடி விளையாடும் சிறுவர்களைப் பார்ப்பவர்களிடம், நீரில் அமுக்கப்பட்ட பந்து போல இளவயது நினைவுகள் உந்தியெழும். சிலுசிலுத்துத் துள்ளிக் குதிக்கும் சில் வண்டுகளின் கூட்டத்தில் சுன்னத் கலியாணம் செய்யப் போகும் மாப்பிள்ளையும் இருப்பான். மருதாணி மணத்தோடு

புதுத்துணியில் சரசரத்துச் சிலிர்த்துக் கொண்டு திரிவான், தான் திருவிழாவில் வெட்டப்படும் கிடா என்பது தெரியாமல்.

பொண்ணு மாப்பிள்ளைக்குக் கலியாணமோ, சுன்னத் கலியாணமோ ஆடம்பரமும் படாடோபமும் அந்தந்த குடும்பத்தின் அந்தஸ்தைப் பொறுத்தது. நோன்பு பெருநாளைக்கோ, ஹஜ்ஜுப் பெருநாளைக்கோ காலையில் ஏழை பாழைகளின் வீட்டில் வழக்கமான பழைய சோறுதான். சிலர் வீட்டிலோ முட்டையும் தேங்காய்பாலும் கலந்து ஆவியிலேயே வேகவைக்கப்பட்ட சுவையான வட்டலப்பம் சுடப்படும். வீட்டிற்குள்ளேயே முடிந்துவிடுவதால், கஞ்சி குடித்துப் பெருநாளைக் கொண்டாடியதெல்லாம் வெளியே தெரியாது. வட்டலப்பம் சாப்பிட்டதாக ஏப்பம் விட்டுக் கொள்ளலாம்.

ஆனால், விருந்தென்று வந்துவிட்டால், உறவினர்களுக்கு மத்தியில் தாழ்ந்து போகாமல் இருக்க கடன்பட்டாவது பகட்டைக் வெளிக்காட்ட வேண்டும். வாழ்வில் ஒரு முறைதான் இந்தச் சடங்கு என்பதால், வாழ்நாள் முழுவதும் கடனாளியாக வாழ்ந்தாலும் மோசமில்லை, பந்தாவையும் பவிசையும் விட்டுக் கொடுக்க முடியுமா? இது ஒருதரப்பினரின் நியாயம். மேட்டிமை வர்க்கத்தினருகோ தங்கள் அந்தஸ்தைக் காட்டிக் கொள்ள சுன்னத் கலியாணம் ஒரு சந்தர்ப்பம். இந்தச் சூத்திரங்கள் எதற்குள்ளும் சிக்காத குடும்பம் சாவண்ணா குடும்பம். அப்படி இப்படி எனக் கொஞ்சம் கொஞ்சமாகச் சேர்த்து வைத்த மொத்தக் காசும் சாவண்ணா உயிரைக் காப்பாற்ற செலவாகிப் போனதால், அப்துல்லாவின் சுன்னத் கலியாணம் தடைபட்டுவிட்டது.

சுன்னத் கலியாணம் நடக்காதது பற்றியெல்லாம் அவனுக்குக் கவலையே கிடையாது. பதினோரு வயதுதான் என்றாலும் குடும்பப் பாரத்தை உணர்வுப்பூர்வமாக உணர்ந்திருந்தான். கூட்டாளிகளோடு பேசிக் கொண்டிருக்கும் போது, ஊரில் சுன்னத் கலியாணம் நடக்கிறது பத்தின பேச்சுவந்தால், அப்துல்லாவுக்குச் சங்கடம் ஏற்படும். கொஞ்ச நேரம்தான், மீண்டும் உம்மாவின் கனவுகளுக்கு அவன் திரும்பிவிடுவான். உம்மாவின் கனவுதான் அவனை எப்போதும் வழிநடத்திக் கொண்டே இருக்கும்.

ஒரே மகன், அன்பையும் அரவணைப்பையும் கொட்டி வளர்க்கும் அவனுக்கு உரிய காலத்துல மார்க்க கலியாணம் பண்ணவில்லை என்ற கவலை உம்மாவைத்தான் அதிகம் வாட்டியது. சொந்தபந்தங்களின் விசேஷங்களுக்குப் போகும் போது, இதைப் பற்றி யாராவது வாய் திறந்தாலே, அவமானத்தால் கூனிக்குருகிவிடுவார். என்னோட வீட்டுக்காரர் நிலைமை தெரிந்தும், என்னைக் காயப்படுத்துற மாதிரி கேட்குறாங்களேன்னு கசாமா உள்ளுக்குள் புளுங்கும்.

கோடை விடுமுறைக்குப் பின்பு பள்ளி திறக்கப்பட்ட முதல் நாள். ஆறாம் வகுப்பில் இரண்டு செக்சன்கள் உள்ளன. ஏ செக்சனுக்கு தமிழய்யா செங்கதிரண்ணல் வகுப்பாசிரியர். அரைக்கை வெள்ளை சட்டை, வெள்ளை வேட்டி சகிதம் குண்டாக, குட்டையாக கொழுக் மொழுக்கென்று இருப்பார். நெற்றியில் குங்குமத்தில் இட்டிருக்கும் ஸ்ரீசூர்ணம் மற்ற வாத்தியார்களிலிருந்து அவரைத் தனித்துக் காட்டும். தமிழய்யா செங்கதிர் சார், மண்டையிலயே நறுக் நறுக்கென்று கொட்டி ரத்தம் வரவச்சிடுவாருன்னு ஆறிலிருந்து ஏழுக்கு சென்ற மாணவர்கள் சொல்லிக் கேட்டு பயந்து போன மாணவர்கள், ஏ செக்சனுக்குப் போகாமல் தப்பிக்க வேண்டும் என அவரவர் குலதெய்வங்களை வேண்டிக் கொண்டனர்.

பி செக்சனுக்கு கமலா டீச்சர்தான் கிளாஸ் டீச்சர். அறிவியல் பாடம் எடுக்கும் அந்த டீச்சர் மதிய வகுப்பில் இருக்கையில் அமர்ந்தபடியே தூங்கிவிடுவார். இது, அந்த நடுநிலைப் பள்ளியே அறிந்த பரம ரகசியம். மாணவர்களிடம் கண்டிப்பு கிடையாது, இருந்தாலும் குரல் மட்டும் காச் மூச்சென்று இருக்கும், வாத்து போல. அடிக்கவோ, வேறுவிதமான தண்டனைகளோ கமலா டீச்சர் தரமாட்டார் என்பதால் பி செக்சனுக்கு வந்த மாணவர்கள் சந்தோசப்பட்டுக் கொண்டனர். ஆனால், ஆறாம் வகுப்பில் எந்த செக்சனாக இருந்தாலும் ஹெட் மாஸ்டரிடம் இருந்து தப்பிக்க முடியாது. தர்மராஜ் ஹெட்மாஸ்டர்தான் இங்கிலிஷ் வகுப்பு எடுப்பார்.

ஆள் நெடுநெடுவென வளர்ந்திருப்பார். எப்போதும் வெள்ளைச் சட்டை, வெள்ளை வேஷ்டி அணிந்து நீண்ட கைகளில் முழங்கைக்கு மேலே சட்டையை மடித்துவிட்டிருப்பார்.

கறுத்த தோல். விரிந்த மார்பு. பரந்த நெற்றி என்றாலும் அவர் தலையை வழுக்கைத் தலை எனச் சொல்லிவிட முடியாது. மடித்து வாரப்பட்ட நரைக்காத தலைமுடி என்பதால் வழுக்கை தெரியாது. மீசை, தாடியை மழித்த நிலையில், துருத்திக் கொண்டிருக்கும் முழியைக் கொண்டு பார்க்கும் போது நம்மைப் பயமுறுத்துவது போலவே இருக்கும் அவருடைய பார்வை. வாயைத் திறந்து பேசத் தொடங்கினால், இந்தத் தோற்றத்திற்கும் அவருடைய சுபாவத்திற்கும் சம்பந்தம் இருக்காது. அளந்து அளந்து நிதானமாக நல்ல தமிழில் பேசுவார்.

ஆறாம் வகுப்பிலிருந்து அனைத்து மாணவர்களும் ஆங்கில இலக்கணத்தை அட்சர சுத்தமாகக் கற்றுக் கொள்ள வேண்டும் என்பதில் மட்டும் அவர் கண்டிப்போடு இருப்பார். பள்ளிக்கூடம் விட்டதும், மாலை 6 மணி வரை சிறப்பு வகுப்பு நடத்தி, ஆங்கில இலக்கணம் கற்றுக் கொடுக்க அவர் சிரத்தை எடுத்துக் கொள்வது மாணவர்களுக்குச் சித்ரவதையாக இருக்கும்.

என்னதான் உருட்டி மிரட்டினாலும் ஆறாவது வகுப்புக்கு வந்தவுடனேயே பெரிய வகுப்புக்கு வந்துவிட்ட தோரணை மாணவர்களுக்கு வந்துவிடத்தான் செய்கிறது. மதிய உணவு இடைவேளைக்குப் பின்பு மாணவர்கள் ஜாலியாக பேசிக் கொண்டிருந்தனர்.

“முழுப் பரிச்சை லீவ்ல மதுரைக்கு மாமா வீட்டுக்குப் போயிருந்தேன்ல, அப்ப விஜயகாந்து நடிச்ச கேப்டன் பிரபாகரன் படம் தேட்டர்ல பார்த்தேண்டா...” பெரிய தியேட்டர் ஒன்றில், ரிலீசான புதுப் படத்தைப் பார்த்துவிட்ட பெருமிதத்தை நண்பர்களிடம் வியப்போடு சொல்லிக் கொண்டிருந்தான் அஜ்மல். ஊரில் உள்ள தியேட்டரில் புதுப்படம் போடுவதற்கு மாசக் கணக்காகிவிடும். போன வெள்ளிக்கிழமை டிவியில ஒளியும் ஒலியும் நிகழ்ச்சியில் போட்ட, ‘ஆட்டமா தேரோட்டமா...’ பாட்டைக் கேட்டுக் கிறங்கிப் போயிருந்தனர். அதனால், அஜ்மலைச் சுற்றி உட்கார்ந்து கொண்டு அப்துல்லாவும் அவன் நண்பர்களும் ஆர்வமாகக் கதை கேட்டனர்.

“வீரபத்திரன்னு புது வில்லன்டா. காட்டுல சந்தன மரங்களைக் கடத்துற கொள்ளக்கூட்டு தலைவன். பயங்கரமா சண்ட போடுறான்டா அவன். அவன புடிக்கப் போற விஜயகாந்தோட

ஃப்ரெண்டயும் கொண்ணுடறான். படம் தொடங்கி அரை மணி நேரம் கழிச்சித்தான்டா விஜயகாந்த காட்டுனாங்க. வீரபத்திரன காட்டுக்குள்ள போய் விஜயகாந்து பிடிக்கப் போறாரு..." அவன் சுவாரஸ்யமாகக் கதை சொல்லத் தொடங்கியதும், சரவணனுக்கு இருப்புக் கொள்ளவில்லை. "மண்டஇடி விஜயகாந்து ஒண்ணும் பெரிய ஆள் கெடையாது. ரஜினி மாதிரி சண்டை போட முடியுமா?" அஜ்மலை மட்டம் தட்டினான். அவனுக்கு விஜயகாந்தைப் பிடிக்காது, ரஜினியைத்தான் பிடிக்கும். செந்தூரப்பூவே படத்தில், கடுமையான தலைவலி வரும் கதாபாத்திரத்தில் விஜயகாந்த் நடித்த பின்பு, அவரைப் பிடிக்காதவர்கள் 'மண்டஇடி விஜயகாந்து'ன்னு சொல்றது வழக்கமாயிடுச்சி. ரஜினியா, விஜயகாந்தா யார் பெரிய ஆள் என்ற வாக்குவாதம் வகுப்பறைக்குள் கைகலப்பாக மாறியது.

தர்மராஜ் வாத்தியார் வரவும் சண்டையை விலக்கிக் கொண்டு அவரவர் இடத்தில் அமர்ந்து அமைதியாகினர். இருக்கையில் அமர்ந்த வாத்தியார், "யார் கிளாஸ் லீடரு?" எனக் கேட்டதும், அப்துல்லாவைப் பிற மாணவர்கள் பார்த்தனர். அவன் எழுந்து, "நான்தான் சார்..." என்றான். காலையில்தான் கமலா டீச்சர் அவனை லீடராக நியமித்திருந்தார். ஐந்தாம் வகுப்பில் அவனுடைய மதிப்பெண் விவரங்களைக் கேட்டுத் தெரிந்து கொண்டபின், கிளாஸ் லீடருக்கு தகுதியான நபர்தான் என ஆமோதிப்பது போல தலையை அசைத்தார். ஒவ்வொரு மாணவரின் குடும்பப் பின்னணியையும் கேட்டு தெரிந்து கொண்டார். அப்பா இல்லை என்று சொல்லியவர்களிடம் மேற்கொண்டு எதுவும் கேட்டு சங்கடப்படுத்தாமல் உட்காரச் சொன்னார். அப்துல்லாவின் முறை வந்தது.

"உன்னோட அப்பா என்ன பண்றாரு?"

"கரிமூட்டத்துல வேலை செய்யுறாரு சார்" அப்துல்லா பொய் சொன்னான். ஆனால், அதில் உண்மை இல்லாமலில்லை.

"கரிமூட்டத்துலயா? இந்த ஏரியாவுல எங்க கரிமூட்டம் போடுறாங்க?"

"சார், ஊருக்கு மேற்குப் பக்கமா புதுக்குளம் தாண்டிப் போனா வயக்காடு வந்துரும், அதத் தாண்டிப் போனா பள்ள

தெரு இருக்குல்ல சார். அதையும் தாண்டிப் போனா கம்மா வந்திடும். இப்ப கம்மால தண்ணி இல்ல. கம்மா தாண்டி சில இடத்துல கரிமூட்டம் போடுறாங்க, அங்கதான் எங்க அப்பா வேலை செய்யுறாரு... ஆனா, இப்ப...” என்று சொல்லிவிட்டு, மேற்கொண்டு எதுவும் பேசாமல் அமைதியாகத் தரையைப் பார்த்துக் கொண்டு நின்றான். மற்ற மாணவர்களும் அமைதியாக இருந்தனர். சற்று நேர மௌனத்துக்குப் பின் அவனை அமரச் சொன்னார்.

எல்லோரிடமும் விசாரித்த பின், குரலைச் செருமிக் கொண்டு எழுந்தார். கரும்பலகையில் ரூபாய் என எழுதி, அதற்குப் பக்கத்தில் இரண்டு என எழுதி, அடுத்ததாகப் பூஜ்ஜியம் போட்டு, வலதுபுறம் சாய்ந்த கோடு ஒன்றையும் அடுத்து சிறிய நடுக்கோடு ஒன்றையும் இழுத்துவிட்டுத் திரும்பினார். “ஆங்கிலப் பாடத்திற்கு மாஸ்டர் கைடு வாங்கணும். கைடு இருந்தாத்தான் இங்கிலீஷ்ல நல்ல மார்க் எடுக்க முடியும். அடுத்த வாரம் திங்கள் கிழமை எல்லாரும் இருவது ரூவா கொண்டு வந்திடுங்க. அப்துல்லா எல்லார்ட்டயும் பணத்தை வசூல் பண்ணி லிஸ்ட் போட்டு கொடுத்திடு. முன்னாடி கொடுக்குறவங்கள்ட்ட வாங்கிப் பத்திரமா வச்சிக்க. அடுத்த திங்கள் கிழமைதான் லாஸ்ட் டேட். அன்னிக்குப் பணம் கொடுக்கலண்ண, கைடு கிடைக்காதுப்பா...” கறாராகச் சொல்லிவிட்டார். அப்துல்லா தலையாட்டினான்.

20 ரூபாய் கொடுக்கணுமா? அதுவும் ஒரு வாரத்துக்குள்ள கொடுக்கணுமா? என்ன செய்வேன், எப்படி கொடுக்க முடியும், யாரிடம் கேட்பேன்? ரொம்பவே குழம்பிப் போனான் அப்துல்லா. வாப்பாவுக்கு மருத்துவத்துக்காகச் செலவழித்து நொடிந்து போயிருந்தாலும், இப்போதுதான் ஆறாம் வகுப்புக்குத் தேவையான நோட்டுகள், யூனிஃபார்ம், புது பைக்கட்டு, செருப்பு எல்லாம் வாங்கிக் கொடுத்திருக்காங்க. திரும்பவும் 20 ரூவா வேணும்னு கேட்க முடியுமா? சுயகழிவிரக்கத்தில் அவனுடைய உள்ளம் தழுதழுத்தது.

அப்துல்லா அளவுக்கு மோசமான பொருளாதாரச் சூழல் கொண்ட மாணவர்கள் அவன் வகுப்பில் யாரும் இல்லை. எந்த ஊராக இருந்தாலும், ஏழை எளியவர்கள் என்ற ஒரு கூட்டம்

இருக்கத்தானே செய்யும். அப்படிப்பட்ட மாணவர்கள்தான் அப்துல்லாவுக்குக் கூட்டாளிகள். பள்ளிக்கூடம் விட்டு வரும் போது, அவர்கள் ஒரு முடிவுக்கு வந்தனர்.

“ஒரு ஐடியா... நாமலே காசு சேர்த்து இருவது ரூவாய ரெடி பண்ணலாம்டா. வூட்டுல கேட்க வேணாம்...” வயல் வேலைக்கோ, கட்டிட வேலைக்கோ போய் சேர்த்திடலாம்னு பள்ள தெரு மாரிக்கு ஒரு யோசனை உதித்தது.

“எனக்கு ஒரு ஐடியா இருக்குடா... இப்ப வேப்பம்பழ சீசன். வேப்பங்கொட்டைய சேர்த்தோம்னா, இருவது ரூவாய தேத்திடலாம்டா...” ஏற்கனவே விடுமுறை நாட்களில் வேப்பங்கொட்டை சேர்த்துக் காசு பார்த்த அனுபவம் இருக்கு மறவு தெரு சரவணனுக்கு. அஜ்மலோடு கொஞ்ச நேரத்துக்கு முன்பு சண்டை போட்டது இவன்தான்.

“சரவணா இருவது ரூவாய்க்கு, எவ்வளவுடா வேப்பங்கொட்டை சேர்க்கணும்?”

“அத்துல்லா, டெய்லி ஸ்கூல் விட்டு ஒரு வாரத்துக்கு வேப்பங்கொட்டைய பொறக்கினாகூட அவ்வளவு தேறாதுடா...” ஏமாற்றத்தோடு சொன்னான் அஜ்மல்.

ஆலோசனைகளைச் சொன்னாலும், வீட்டில் எப்படியாவது 20 ரூபாய் வாங்கிவிடலாம் என்பதுதான் அப்துல்லாவோட கூட்டாளிகளின் எண்ணமாக இருந்தது. ஆனால், அப்துல்லாவுக்கு வேப்பங்கொட்டை பொறுக்குவது புதையலைத் தேடி பூமியைத் தோண்டும் அதிர்ஷ்டம் போல தெரிந்தது. பள்ளிக்கூடம் விட்ட பின்பும், கூடுதலாக, காலையில் ஃபஜர் தொழுகை முடிந்த பின்பும் வேப்பங்கொட்டை சேகரித்தால் 20 ரூபாயைச் சேர்த்துவிடலாம். ஆனால் வீட்டில் என்ன சொல்வது? பணத்துக்காக வேப்பங்கொட்டை பொறுக்க உம்மா சம்மதிக்குமா? வாப்பாவுக்குத் தெரிந்தால் அவர் உள்ளம் நொந்து உடல்நிலை பாதிக்கப்படுமே. இப்போதுதான் அவர் கொஞ்சம் தேறியிருக்கிறார். நினைக்க நினைக்க அப்துல்லாவுக்குக் கண்களில் கண்ணீர் கசிந்தது. பைக்கட்டு ஏதோ பெரிய சுமை போல அமுக்க, தள்ளாடிக் கொண்டே வீட்டை நோக்கி நடந்தான்.

மூன்று மாதங்களுக்கு முன்பு, அப்துல்லா பள்ளிக்கூடம் விட்டு வீட்டுக்கு வந்த போது, முகம் எரிந்த நிலையில் கிடந்தார் வாப்பா. பார்த்துவிட்டு அப்துல்லா அலறினான். முற்றத்தையொட்டி காற்று படுமாறு அவர் படுக்க வைக்கப்பட்டிருந்தார். உம்மா நெஞ்சிலடித்துக் கொண்டு அழுததும் உறவினர்கள் சுற்றி நின்று அழுததும் அவனை நிலைகுலையச் செய்தது. உடனடியாக கார் ஏற்பாடு செய்து, சாவண்ணாவை மேல் சிகிச்சைக்காக பக்கத்து ஊரில் உள்ள பெரியாஸ்பத்திரிக்குக் கொண்டு போனார்கள். காரில் ஏற அழுது அடம்பிடித்த அப்துல்லாவை உறவினர்கள் பிடித்துவைத்துக் கொண்டனர்.

கரிமூட்டம் போடுறதுக்காக வேலிக் கருவேல மரங்களை வெட்டி கொடுக்குறதுதான் சாவண்ணாவோட வேலை. வேலிக் கருவேல மரங்களை வெட்டுவதென்பது ஏறக்குறைய தற்கொலை செய்து கொள்ள முயல்வது போலத்தான். கருவேல மரத்தின் முள் அடித்தால், காயம் சீக்கிரம் ஆறாமல் சீழ் கட்டி மரணத்தில் கொண்டுபோய் விட்டுவிடும். பலமுறை மரணத்தைத் தொட்டுப் பார்த்து வாழ்வை நீட்டிக் கொண்டு உழைத்தார் சாவண்ணா. ஆனால், மரணப் படுகுழியில் விழும் துரதிருஷ்டத்தை அன்று கரிமூட்டம் கொண்டு வந்து சேர்க்கும் என்பதை அவர் அறிந்திருக்கவில்லை. கண்மாய் கரை ஓரத்தில் வெட்டிய விறகுகளை மாட்டு வண்டியில் அனுப்பிவிட்டு, மிச்சம் மீதி இருந்த சுள்ளிகளைக் கட்டித் தலைச்சுமையாகச் சுமந்து வந்து போட்டார் சாவண்ணா.

சும்மாடை உதறி முகத்தையும் கழுத்தையும் துடைத்து ஆசுவாசமடையும் போது, பயங்கர அலறல் சத்தம் கேட்டு திரும்பினார். கரிமூட்டத்தின் உச்சியில் இருந்து காப்பாத்துங்க, காப்பாத்துங்கன்னு தீனக்குரல் கேட்கவும் சாவண்ணாவுக்கு புரிந்துவிட்டது.

பத்து நாளாகி இருக்கும் அந்த மூட்டம் போட்டு. 100 மூட்டை கரி எடுக்கும் அளவுக்கு, பத்துப் பதினைஞ்சி மாட்டு வண்டி அளவுக்குக் கருவேல மர விறகுகளை வெட்டி அனுப்பியிருந்தார் சாவண்ணா. முதுகை ஒடித்துக் கைகளைப் பதம் பார்த்தது கருவேல மரம். பத்தடி விட்டத்தில் 20 அடி உயரத்துக்குத் தோராய வட்டமாக மூட்டம் தாயாரானது. விறகுகள் குவியலாக

அடுக்கப்பட்டு, வெளிப்புறத்தைச் சுற்றி ஈரமண்ணைப் பூசி, ஒரு குவிமாடத்தைக் கட்டுவதைப் போல மூட்டத்தைத் தயார் செய்து கீழே நெருப்பு மூட்டி ராத்திரி பகலாகக் கண்காணித்து வந்தனர்.

கண்காணிப்பு என்றால் வெறுமனே உட்கார்ந்து கொண்டு பராக்கு பார்க்கும் வாட்ச்மேன் வேலை இல்லை. மூட்டத்தில் எந்த இடத்திலாவது பொந்து விழுந்து புகை அதிகளவில் வெளியானால், உள்ளே இருக்கும் விறகுகள் எரிந்து போய் வைரம் போன்ற கரி கிடைக்காது. பொசுங்கிச் சாம்பலாகிவிடும், போட்ட முதலெல்லாம் காசு பெறாத கருந்தூசியாகிவிடும். அதனால் வெக்கையைத் தணிக்க, ஏணி வழியாக ஏறி, குடத்தில் தண்ணீர் கொண்டு போய், மூட்டத்துல மேல நின்று, தண்ணீர் அடித்து ஈரச்சத்து கொடுத்துக் கொண்டே இருக்க வேண்டும். உள்ளே புகைந்து கொண்டே இருக்கும் விறகுகள் கரியாக மாறும் பதத்துக்குத்தக்க. அதேபோல மூட்டத்தில் ஒரு குறிப்பிட்ட அழுத்தத்தில் பலகையால் மூட்டத்தைச் சுற்றி அடித்துக் கொண்டே இருக்க வேண்டும். அடிக்க அடிக்க 20 அடி உயரம் என்பது, இறுகி இறுகி 10 அடி அளவுக்குக் குறைந்துவிடும். இதெல்லாம்தான் கண்காணிப்பு. தொழில் நேர்த்தியும் கலையம்சமும் பொருந்திய கொத்தனார் போல, கரிமூட்டத்தில் வேலை செய்பவர்களும் கலைஞர்கள்தான்.

சாயங்காலம் மூட்டத்தைப் பிரித்துவிடலாம் என்ற நிலையில், கடைசியாகத் தண்ணீர் அடித்துக் கொண்டிருந்தவன், குடித்து விட்டிருப்பான் போல. ஏணியில் ஏறி மூட்டத்தின் மேல் நின்று தண்ணீர் அடிப்பவன், தண்ணி அடித்திருக்கக் கூடாது. அது சாமி குத்தம் போல கறாராகக் காலம் காலமாக ஒழுகி வந்தனர். போதை ஏறிவிட்டால் உடல் எடை கூடிவிடும் என்பது கரிமூட்டத்தில் பணி செய்பவர்களின் ஐதீகம். உடல் எடை கூடுகிறதோ இல்லையோ சமநிலை தவறி, தடுமாறி மூட்டத்தின் மேல் விழுந்துவிட கெடுவாய்ப்புண்டு. கரிமூட்டம் என்பது வெந்து புகைந்து தகித்துக் கொண்டிருக்கும் ஓர் எரிதழல் புதைகுழி. கால்தடுமாறி பொந்து உண்டாகி அதற்குள் விழுந்தால், உடல் உள்ளிழுக்கப்பட்டு சதையும் ரத்தமுமான உடல் கணநேரத்தில் பொசுங்கிச் சாம்பலாகிவிடும். விறகுக் கட்டை மாதிரி கிடக்கிறான் எனப் பேச்சு வழக்கில் சொல்லலாம். விறகோடு ஒப்பிடும் போது நெருப்புக்கு முன்பு

மனித உடல் மட்டரகம்தான். மூட்டம் பிரிக்கும் போது சில எலும்புத் துண்டுகள் கரியோடு கரியாகக் கிடக்கும்.

தடுமாறி மூட்டத்தின் மேலே விழுந்தவர் நல்வாய்ப்பாக உள்ளிழுக்கப்படவில்லை. சுதாரித்துக் கொண்ட சாவண்ணா சத்தம் போட்டு உதவி கேட்டுக் கொண்டே அவரைக் காப்பாற்ற ஏணி மீது ஏறினார். அருகிலிருந்தவர்கள் 'சாவண்ணா ஏறாதே, ஏறாதே' என்று கத்திக் கூப்பாடு போட்டுக் கொண்டு ஓடி வந்தனர். 'இன்னோர் உயிர் போய்விடக்கூடாதே' என்பது அவர்களின் கவலை. சாவண்ணா ஏறுவதற்குள்ளாக மூட்டத்தின் மேலே விழுந்தவர் தடுமாறவும் பாரம் தாங்காமல் கண்ணிமைக்கும் நேரத்திற்குள் அக்கினிக்கு இரையானார். அக்கினி சமாதியின் வெக்கை சாவண்ணாவின் முகத்தையும் தீண்டிச் சுவைத்தது.

அடுப்பில் உலைவைத்து, இடியாப்பாம் சுடுவதற்காகக் கசாமா தயாரான போது, அப்துல்லா வீட்டுக்குள் நுழைந்தான். பைக்கட்டை வைத்து, முகம் கை கால் கழுவிவிட்டு, ஒரு பிளாஸ்டிக் பக்கெட்டை எடுத்துக் கொண்டு கிளம்பினான். "அத்துலா தேத்தனிய குடிச்சிட்டுப் போடா... எங்க கிளம்பிட்ட...." அடுப்பங்கரையிலிருந்து உம்மா கத்தவும், உள்ளே போனவன், "மா, வேப்பங்கொட்டை எங்கமா வாங்கிக்கிறாங்க, ஒரு கிலோ வேப்பங்கொட்டைக்கு எவ்வளவுமா பணம் தருவாங்க? என் ஃப்ரெண்ட்லாம் பொறுக்கிறானுவ. இது சீசனாம்ல. நானும் பொறக்கித் தரவா..."

ஏன் எதுக்கு என எதுவும் கேட்காமல் சரி என ஒப்புக்கொண்டார். உம்மாவிடம் கேட்டிருந்தால்கூட 20 ரூபாய் கொடுத்திருப்பார். ஆனால் கேட்க அவன் தயங்கினான். வாப்பாவுடைய உடல்நிலை மோசமான பின்பு, நாள்தோறும் இரவில் இடியாப்பம் சுட்டு விற்று குடும்பத்தைத் தாங்கிப் பிடித்தார் உம்மா. ஏதோ வாய்க்கும் வயிற்றுக்கும் அந்த வருமானம் சரியாக இருந்தது. வேலைக்குப் போவதாக வாப்பா கெஞ்சி மருகினாலும், உம்மா அதுக்குச் சம்மதிக்கவில்லை. 'எங்களுக்காக நீங்க உழச்சது போதும், இனி நான் பிரயாசப்படுறேன்' என்று முந்தானையை இடுப்பில் செருகி, சாவண்ணாவை அமர்த்திவிடுவார்.

நான்கு நாட்கள் பொறுக்கியும் 10 ரூபாயைத் தொடவில்லை அப்துல்லாவின் உழைப்பு. குனிந்து நிமிர்ந்து, முழங்காலில் அமர்ந்து, அந்த நிலையிலேயே தவழ்ந்து என வேப்பங்கொட்டை பொறுக்குவதற்கு அவன் கடும் சிரத்தை எடுத்துக் கொண்டான். கருவேல முட்களோடு போராடும் உழைப்பாளியின் மகனல்லவா. 20 ரூபாய் சேரும் வரை உழைப்பை ஒரு தவம் போல தொடர்ந்தான். ஆனால், அந்த ஊரில் மேலத் தெருவில் ஒரு பள்ளிவாசல், கிழக்குத் தெருவில் ஒரு பள்ளிவாசல், வடக்குப் பக்கம் சேவு மஸ்தான் தர்ஹா என மூன்று இடங்களில்தான் வேப்பமரங்கள் இருந்தன.

ஊர் எல்லையில இருக்குற கப்ருஸ்தானிலும் ஒன்றிரண்டு வேப்பமரங்கள் உண்டு. 'கப்ருஸ்தான் வழியா கறி சோறு கொண்டு போனா, அதனைப் பேய்களெல்லாம் அப்படியே உறிஞ்சிடும். ருசியே இருக்காது' என்று பயமுறுத்தப்பட்டே வளர்ந்தவர்கள் அந்த ஊர்வாசிகள். பேய்களோடு சேர்ந்து வேப்பங்கொட்டை புதையல் தேட முடியுமா?

இன்னும் பத்து ரூபாய்க்கு என்ன செய்வது, மூன்று இடங்களிலும் துடைத்துச் சேகரித்தாகிவிட்டது. இனி வேப்பங்கொட்டைக்கு எங்கு போவது? அவன் துவண்டுவிடவில்லை. பழைய பாத்திரங்கள், இரும்புச் சாமான்களைக் கொடுத்து ஐஸ் வாங்கி சாப்பிடுவதும், அந்த வியாபாரியே சில நேரம் உம்மாவிடம் சில ரூபாய் நோட்டுக்களைத் தந்ததும் மனக் கண்ணில் வந்து போகவும் அப்துல்லாவுக்கு ஒரு பொறி தட்டியது. சோடா மூடிகளைப் பொறுக்கி அந்த வியாபாரியிடம் கொடுத்தால் என்ன? அதான் காளிமார்க் சோடா யாவாரம் கொடிகட்டிப் பறக்குதுல்ல...

பள்ளிக்கூடம் விட்டதும் பஜாரில் இருந்த கடைகளைச் சுற்றித் தேடித் தேடி சோடா மூடிகளை கணிசமாகச் சேகரித்தான். அமுல் பால் மாவு டின்னில் ஐந்து நிரம்பிவிட்டது. பொடிநடையாக நடந்து பக்கத்து ஊர் பஜார் தெருக்களிலும் சோடா பாட்டில் மூடி புதையல் வேட்டை தொடர்ந்தது. வேப்பமரம் வளர்த்த பெரிய ஊட்டுக்காரர்களிடம் உம்மா சொல்லிவிடவும் அங்கும் போய் வேப்பங்கொட்டையைப் பொறுக்கி வந்தான். ஏதோ கூட்டாளிமார்களோடு சேர்ந்து வேப்பங்கொட்டை சேர்த்து

விளையாடுகிறான் என்றே கசாமா நினைத்துக் கொண்டார். 20 ரூபாய்க்காக புள்ளை இவ்வளவு சஞ்சலப்படுகிறான் எனத் தெரிந்தால் ஒப்பாரிவைத்து ஊரைக்கூட்டிவிடுவார்.

அந்தா இந்தா எனப் பதினாறு ரூபாய் சேர்த்துவிட்டான். இன்னும் நான்கு ரூபாய்க்கு என்ன செய்வது என்ற யோசனை அப்துல்லாவின் உடலையும் மனதையும் சோர்வடையச் செய்ய அப்படியே கண்ணயர்ந்து தூங்கிப் போனான். காலையில் ஏன் பொழுது விடிகிறதோ என எரிச்சலோடும் கவலையோடும் பள்ளிக்கூடத்துக்குக் கிளம்பினான். இங்கிலிஷ் கைடு வாங்குறதுக்கு ஒன்றிரண்டு பேரைத் தவிர பிற மாணவர்கள் 20 ரூபாயை அவனிடம் கொடுத்து லிஸ்ட்டில் பெயர் ஏறுவதை உறுதி செய்து கொண்டனர். பணம் கொடுக்காத மாணவர்கள், இன்னும் ஒன்றிரண்டு தினங்கள் வாய்ப்பு வழங்கலாம் என்றோ கைடு இல்லாமல் ஆறாம் வகுப்பை ஓட்டிவிடலாம் என்றோ கணக்கு போட்டனர்.

தமிழய்யாவின் முதல் வகுப்பு முடிந்ததும் ஹெட்மாஸ்டர் வந்தார். முந்தைய வாத்தியார் பாடம் நடத்தி முடித்து வகுப்பை விட்டுச் செல்லும் போது கரும்பலகையில் அதுவரை எழுதியதை அழித்துவிட்டுச் செல்வதுதான் வழக்கம். தமிழய்யாவும் கணக்கு வாத்தியாரும் இதற்கு விதிவிலக்கு. எழுதாத மாணவர்கள் எழுதட்டும் என அழிக்க மாட்டார்கள்.

ஊழி பெயரினும் தாம்பெயரார் சான்றாண்மைக்கு
ஆழி எனப்படு வார்.

என்ற திருக்குறளும் அதற்கான பொருளும் எழுதப்பட்டு, கரும்பலகை முழுவதும் ஏதேதோ வரைந்து விளக்கங்கள் எழுதிப் போடப்பட்டிருந்ததை ஹெட்மாஸ்டர் நின்று நிதானமாகப் படித்துவிட்டு இருக்கையில் அமர்ந்தார்.

“அப்துல்லா என்னோட ரூம்ல இங்கிலிஷ் கைடு 40 இருக்கு. போய் எடுத்திட்டு வா. யாராவது அவன்கூட போங்கடா...”

கொண்டுவந்து டேபிளில் வைத்ததும், பணம் கொடுத்தவர்கள் பட்டியலை வாங்கி, பணத்தை எண்ணிக் கணக்கைச் சரிபார்த்த பின், ஒவ்வொரு பெயராகக் கூப்பிட்டு கைடைக் கொடுத்தார்.

அவருக்கு அப்துல்லா உதவினான். 16 ரூபாயை வைத்திருக்கும் தனக்கு எப்படி கைடு கிடைக்கும்? ஏமாற்றத்தைப் போக்கிக் கொள்ள அதைத் தொட்டு தொட்டுப் பார்த்தான். கைடை வாங்கிய மாணவர்கள் அதைப் புரட்டிப் புரட்டிப் பார்க்கும் போது, வெதும்பி அவன் கண்களில் கண்ணீர் முட்டிக் கொண்டு நின்றது. ஆற்றாமையால் பெருமூச்சுவிட்டான்.

"இன்னும் பணம் கொடுக்காதவங்க யாரு?" இரண்டு மாணவர்களும் ஐந்து மாணவிகளும் எழுந்து நின்றனர். அதில் அப்துல்லாவும் ஒருவன். ஆனால், அவன் ஹெட்மாஸ்டர் பக்கத்தில் நின்றதால், அவன் பணம் கொடுக்கவில்லை என்பது அவர் கவனத்திற்கு வரவில்லை.

"சரி, இந்தாங்க வந்து வாங்கிக்கோங்க. ரெண்டு மூணு நாள்ல பணத்தை லீடர்ட்ட கொடுத்திடுங்க..." விட்டுப்போன மாணவர்களும் வந்து வாங்கிக் கொண்டனர்.

"ஏண்டா அப்துல்லா நீ கைடு வாங்கலையா? பணம் கொடுத்திட்டேல்ல..." கரும்பலகையை அழிக்க எழுந்தவர், நின்று கொண்டிருந்த அவனைக் கண்களைத் துருத்திக் கொண்டு பார்த்தார். அவனுக்கு அழுகை முட்டிக் கொண்டுவந்தது.

பயந்தவனாகப் பதில் எதுவும் சொல்லாமல், டவுசர் பாக்கெட்டில் இருந்து மூன்று ஐந்து ரூபாய் நோட்டுக்களை எடுத்து டேபிளில் வைத்து, அதன் மேல் ஒரு ஒத்த ரூபாய் நாணயத்தை வைத்தான். அவன் நான்கு ரூபாய் குறைவாக வைத்ததைக் கண்டு கொள்ளாதது போல, "நீ ஒரு கைடு எடுத்துக்க" என்று சொல்லிட்டு, முதலாவது ஆங்கிலப் பாடத்தை நடத்தத் தொடங்கினார் ஹெட்மாஸ்டர் தர்மராஜ்.

□ ஆனந்த விகடன், ஏப்ரல் 17, 2024

தத்தகாரம்

உன் உடம்பைக் குறைக்க நான் ஏம்ப்பா ஓடி வரணும் எனக் கேட்பது போலவே முறுக்கிக் கொண்டுவரும் அந்த ஜீவன். பல நாட்கள் பழக்கத்திற்குப் பின்பும் தன்னுடைய எதிர்ப்புக் குணத்தைக் கைவிட்டதில்லை பின்ட்டோ. நடைப் பயிற்சியோடு நாயைக் கட்டுப்படுத்துவதும் ஓர் உடற்பயிற்சியே என, அதி சிரத்தையோடு நாயைச் சாந்தப்படுத்திக் கொண்டே நடப்பார் கிஷோர் சதுர்வேதி. ஓய்வுபெற்ற ஐபிஎஸ் அதிகாரியான அவருக்கு, குற்றவாளிகளோடு சகவாசம் செய்து செய்து மனிதர்களைப் போலவே விலங்குகளிடமும் சகிப்புத்தன்மை காட்ட பழகிக் கொண்டார்.

"யா அல்லாஹ், என் மனப் பாரத்தை லேசாக்கி வை ரப்பே..." உதடுகள் முணுமுணுக்க சாலை இழுத்த இழுப்பில் நடந்தார் அப்துல்லா கான் பாகவி. நெஞ்சுக் குழி அடைக்க, மனம் என்னவோ போல இருந்தது அவருக்கு. இனம் புரியாத கவலைன்னு சொல்லுவாங்களே அந்த மாதிரி. "இனி இந்தியாவுல நாம நிம்மதியா வாழ முடியுமா?" நடைப் பயிற்சிக்குப் புறப்பட்டபோது, அவர் மனைவி கதீஜா பீவி பரிதாபமாக முகத்தை வைத்துக் கொண்டு கேட்ட கேள்வி அவர் மனகிலேசத்தை அதிகப்படுத்தியது. ஏறக்குறைய நேற்று, அவரும் இதே மனநிலையில்தான் இருந்தார்.

காலை நேர வானிலை இதம் அளிக்கவில்லை. உடலும் மனமும் தகித்தது. அந்தச் சாலை முடிவே இல்லாமல் நீள்வதாக அவர் மிரண்டார். வாகன நடமாட்டம் ஏதுமற்ற அந்த நேரத்தில் மனிதர்களின் போக்குவரத்துகூட நிச்சலனமாகவே தெரிந்தது. பூமி அப்படிக்கப்படியே இயக்கத்தை நிறுத்திவிட்டதாக

உணர்ந்ததால், கனத்த மௌனத்தின் சப்தம் கான் பாகவியின் மூளையை, கனிந்த பழத்தை வண்டு அரிப்பது போல அரித்துக் கொண்டிருந்தது.

இந்தியா முழுவதுமே குஜராத்தாக மாறிவிடுமா? நினைக்க நினைக்க கண்கள் ஏறச் செருகித் தடுமாறினார். அயோத்தியில் ராமர் சிலை பிரதிஷ்டை செய்ததும், அதை ஒட்டிய கொண்டாட்டங்களை இட்டும்தான் அவருக்கு அச்சம். முகம் அறியாமல் எங்கோ இருப்பவர்களின் கொண்டாட்டங்கள் பற்றி அவருக்கு என்ன கவலை? நெருங்கிய நட்பு பாராட்டி, குடும்ப நண்பர்களாகப் பழகிய இரண்டு பேர் அயோத்திக்குப் போய்விட்டு வந்து, மனதாரப் புகழ்ந்து சமூக வலைத்தளங்களில் வீடியோ வெளியிட்டிருந்தது அவரையே நேரடியாக மிரட்டுவதாகப் பயந்தார்.

நாள்தோறும் அதிகாலைத் தொழுகையை முடித்ததும் கிளம்பி விடுவார் கான் பாகவி. நகரின் பிரதான பகுதியை அந்தக் குடியிருப்போடு இணைக்கும் சாலையில் நடைப் பயிற்சி செய்வோரில் அப்துல்லா கான் பாகவியும் கிஷோர் சதுர்வேதியும் தனித்துத் தெரிவார்கள். ஒருத்தர் தொப்பி போட்டிருப்பார், இன்னொருத்தர் கையில் நாயோடு எக்கி எக்கி நடப்பார்.

“என்னாச்சி அப்துல்லா? உடம்பு சரியில்லையா அமைதியா வர்ர...” நாய் பின்ட்டோவோடு மல்லுக்கட்டியதால் சதுர்வேதி மூச்சு வாங்கக் கேட்டார். தொன தொனத்துக் கொண்டு வருபவர் இன்று வாயே திறக்கவில்லை. கடந்த இருபத்தி நான்கு மணி நேர அரசியல் ஆவலாதிகளையும் சம்சார சாகரங்களையும் அசை போட்டுக் கொண்டே இருவரும் நடை பயில்வர்.

“ஒண்ணுமில்ல... ரொம்ப ஆயாசமா இருக்கு. இனிமே என்ன ஆகுமோன்னு...” குரலிலும் பாவனையிலும் சோர்வு தெரிந்தது. நடையின் வேகமும் வழக்கத்தைப் போல இல்லை.

“ஆயாசம்னா... டயர்டா இருக்கா? அப்ப எதுக்கு வாக்கிங் வந்தீங்க, ரெஸ்ட் எடுத்திருக்கலாம்ல...” நின்று, கான் பாகவியின் முகத்தைப் பார்த்து ஆராய்ந்தார் சதுர்வேதி. அக்கறையோடு பேசும் போது, அசைக்கு அழுத்தம் தந்து தெலுங்குச் சாயல் வெளிப்பட்டுவிடும் சதுர்வேதியின் பேச்சில்.

வளர்ப்பு பிராணிகளை எவ்வளவுதான் வசப்படுத்தினாலும் அதன் சுயரூபம் எப்போதாவது வெளிப்படத்தானே செய்கிறது. வியர்வையோ கலைப்போ தெரியவில்லை, ஆனால் பயரேகை கான் பாகவியின் கண்களில் இருளடைந்து கிடந்தது. அவரின் தோளில் சதுர்வேதி கைவைத்த போது, செல்போன் ஒலித்தது.

"ஹலோ யாரு...?"

உதட்டில் விரலை வைத்து, பின்ட்டோவை எச்சரித்த சதுர்வேதி, கான் பாகவி பேசி முடிக்கும் வரை அமைதி காத்தார்.

"அஸ்ஸலாமு அலைக்கும்... ஆலிம்ஷா, நான் Pro People TV சீனியர் ரிப்போர்ட்டர் அஹ்மது ஜலாலுதீன் பேசுறேன். ஃப்ரியா இருக்கீங்களா? பேசலாமா? வண்டி எதுவும் ஓட்டலல்ல..."

"வ அலைக்குமுஸ் ஸலாம்... சொல்லுங்க ஃப்ரியாத்தான் இருக்கேன், வாக்கிங் வந்திருக்கேன். சுருக்கமா சொல்லுங்க..." சாலை ஓரத்தில் இருந்த சிமெண்ட் திண்டில் அமர்ந்தார் கான் பாகவி.

"உங்களுக்கு நினைவிருக்கான்னு தெரியல. பேட்டி எடுப்பதற்காகப் பல தடவ போன்ல பேசியிருக்கேன். ஆனா உங்கள நேர்ல பார்த்ததில்ல. என் நண்பர் ஒருத்தர் உங்கள பார்க்கணுங்கிறார். அவர வீட்டுக்கு அழைச்சிட்டு வரலாமா ஆலிம்ஷா?"

"காலையில ஏழரை மணியில இருந்து ஒன்பதரை வரை வீட்டுலதான் இருப்பேன். பார்க்கலாம். யாரு அது? என்ன விஷயமா பார்க்கணுமாம். போன்லயே பேசிடலாம்ல... அவர்ட்ட கொடுக்கிறீங்களா சார்..." எழுந்து சதுர்வேதியிடம் போகலாம் எனச் சைகை காட்டி மீண்டும் நடைப் பயிற்சியைத் தொடர்ந்தனர்.

"அவர் என்னோடதான் இருக்காரு, நேர்ல உங்கள பார்க்கணுமாம். நேராத்தான் பேசணும்னு விரும்புறாரு, அதான்..." கான் பாகவியை எப்படியாவது பார்த்துவிட வேண்டுமென நண்பர் அழுத்தியதால், தன்னுடைய பத்திரிகை மொழி வழக்கில் நீக்குப்போக்காகப் பேசி படியவைக்க முயன்றார் ஜலால்.

“சரி வீட்டுக்கு வாங்க... எது தொடர்பா பேச விரும்புறார்னு தெரிஞ்சிக்கிட்டா நல்லது. தேவையில்லாத விஷயங்கள பேசி என் நேரத்த வீணடிக்க கூடாதுல்ல...”

நேரில் சந்திக்க கான் பாகவி ஏன் மறுகுகிறார் எனப் புரிந்து கொண்டதும், “பாபரி மசூதி தொடர்பாக உங்களிடம் பேசணுமாம்...” எனத் தூண்டில் போட்டார்.

பிரபல இஸ்லாமிய அறிஞரும் இலக்கிய உலகில் நன்கு அறியப்பட்ட எழுத்தாளரும் என்பதால், நேற்றைய தினத்தின் முக்கியத்துவம் கருதி, சந்திக்க ஒப்புக் கொள்வார் எனப் பத்திரிகையாளர் கணக்குப் போட்டார். “பாபரி மஸ்ஜித் பத்தியா? என்ன விஷயமாம்? அவர் இயக்கம் எதையும் சேர்ந்தவரா?” படபடவெனக் கேள்விகளைக் கொட்டிய அவரின் பேச்சில் பதற்றம் தெரிந்தது. அடுத்து இருந்த இருக்கையில் திரும்பவும் அமர்ந்தார்.

“நீங்க பயப்படுற மாதிரிலாம் எதுவுமில்ல ஆலிம்ஷா. அவர் ஓர் எழுத்தாளரு. எனக்கு நல்ல நண்பரு... வேற ஒண்ணுமில்ல. எதாவது கதை எழுத இஸ்லாமிய ஷரிஅத் விளக்கம் கேட்கவா இருக்கும். உங்களோடு பேசினாலே அந்த அனுபவத்த வச்சிகூட ஒரு கதை எழுதிடுவாரு. இன்னிக்கு முடியலன்னா சொல்லுங்க, இன்னொரு நாளைக்குப் பார்க்கலாம். ஆனா என்ன... அயோத்தியில ராமர் சிலை நேத்து பிரதிஷ்டை செய்திருக்கிற இந்தச் சூழ்நிலையிலேயே உங்களைப் பார்க்கணும்னு நச்சரிக்கிறாரு அதான்...” அப்போதுதான் பத்திரிகையாளருக்கே உரைத்தது, எதுக்காகக் கான் பாகவியை இன்றே பார்க்க விரும்புகிறார், என்ன காரணம் என நாமே கேட்கலியே என யோசித்தார்.

வீட்டுக்கு வரச்சொல்லி அழைப்பைத் துண்டித்தார் கான் பாகவி. “போன்ல யாரு? உன் உடம்புக்கு என்னாச்சி? முகம் சோர்ந்து போயிருக்கே, ஒழுங்கா தூங்குனியா, ஏன் பேசாம அமைதியா வர்ர?...” கான் பாகவியின் உள்ளத்தில் உள்ளதை அறியாமல், அவர் உடல் நலம் குன்றியிருப்பதாகவே பயந்தார் சதுர்வேதி. அந்தப் பயத்தில் நியாயம் இருக்கத்தானே செய்கிறது. வயது ஏற ஏற சீரான தூக்கமும் குதூகலமான மனநிலையும்தானே ஆரோக்கியம்.

“கிஷோர்... அயோத்தில நடக்குற சம்பவங்கள நெனச்சுத்தான் கவலையா இருக்கு... அரசியல்படுத்தும் பாடு, ஒட்டுமொத்த இந்தியாவையும் அராஜகத்துக்கு வக்காலத்து வாங்கச் சொல்லி மிரட்டுது, ஆன்மிகப் போர்வையில ஒளிஞ்சிகிட்டு...” சொல்லிக் கொண்டே நெற்றியைச் சுருக்கிக் கண்ணாடியை அசைத்துப் பார்வையைத் தூரமாக்கி நடந்தார். கான் பாகவி மௌனம் கலைக்கவும்தான் அவர் அமைதியாக வந்ததன் காரம் உரைத்தது சதுர்வேதிக்கு.

“நாம என்ன செய்ய முடியும் அப்துல்லா? காலம்தான் ஏதாவது செய்யணும். இது மாறிடும். இதுக்கு போய் ஏன் இப்படி உம்முன்னு இருக்க...” மறத்தல் மருந்துதான் என்றாலும் நினைவுகள் நிணத்தைக் கீறிக் குருதி கொப்பளிக்கச் செய்து விடுகிறதே. சதுர்வேதியின் தேறுதல் மொழிகள் ஆயிரம் பொருள் கொண்ட வார்த்தைகள் என்றாலும் அந்த வார்த்தைகள் கான் பாகவியின் குழப்பத்தைத் தணிக்கவில்லை.

1992ஆம் ஆண்டு டிசம்பர் 6ஆம் தேதி பாபரி மஸ்ஜிதை இடித்த பின்பு, நீதிதேவன்கள் எப்படியும் நீதியை நிலைநாட்டி, பாபரி மஸ்ஜித் இடத்தை முஸ்லிம்களிடம் திரும்ப ஒப்படைத்து விடுவார்கள் என்றே கான் பாகவி நம்பியிருந்தார். முஸ்லிம்களும் அந்த நம்பிக்கைப்படி பொறுமை காக்க வேண்டும் என வாய்ப்பு கிடைக்கும் போதெல்லாம் அவர் எழுதி வந்தார். அந்த இடம் ராமர் கோயிலுக்குச் சொந்தம் எனத் தீர்ப்பு வாசிக்கப்பட்ட போது, தான் எவ்வளவு முட்டாள்தனமாக நம்பி வந்திருக்கிறோம் எனக் குமைந்தார். பாபரி மஸ்ஜித் இருந்த இடத்தில் பிரமாண்டமாகக் கட்டப்பட்ட கோயிலில் ராமர் சிலை பிரதிஷ்டை செய்யப்பட்ட, 2024 ஆம் ஆண்டில் ஜனவரி 22 என்ற ஒரு தேதி அவருடைய நாட்காட்டியில் வந்திருக்கக்கூடாது. இதுவரை தன்னை முட்டாளாக உணர்ந்து வருந்திய அவர், முதன்முறையாகத் தன்னை ஒரு கொலைகாரனைப் போல, மோசடிப் பேர்வழியைப் போல, ஏமாற்றுக்காரனைப் போல நினைத்து நேற்றிலிருந்து உச்சக்கட்ட மனவுளைச்சலில் உழன்றார்.

வாக்கிங் முடித்ததும் கான் பாகவியின் வீட்டுக்கு வந்து, கம்பங் கூழ் குடித்துவிட்டுப் போவதுதான் சதுர்வேதியின் வழக்கம். தினமும் பிண்ட்டோவுக்கும் காலை டிஃபன் அங்குதான்.

ஓய்வு பெற்ற பின், கடைசியாக பணி செய்த இடத்திலேயே குடும்பத்தோடு இருந்துவிட முடிவெடுத்தார். ஆந்திராவில் பிறந்து வளர்ந்தாலும் தமிழ்நாட்டைத் தாய் வீடு போல சுவீகரித்துக் கொண்டார். இருபது ஆண்டுகளுக்கும் மேலாகக் கான் பாகவியோடு நட்பு. சதுர்வேதி சமூகத்தைச் சேர்ந்தவர்கள் சைவ உணவுப் பழக்கம் கொண்டவர்களாக இருந்தாலும் தமிழ்நாட்டுக்கு வந்த பின்பு, கிஷோர் சதுர்வேதியின் குடும்பம் அசைவத்திற்கு மாறிவிட்டது. அதனால் கான் பாகவி குடும்பத்தோடு ஒட்டுவதற்கு அவரின் குடும்பம் சங்கோஜப்படவில்லை.

கிஷோர் சதுர்வேதி ஐபிஎஸ் ஆந்திராவில் பணிபுரிந்த போது மனித உரிமை ஆர்வலர் பாலகோபாலோடு ஏற்பட்ட மோதல்தான், அவரை இவ்வளவு சமதர்மவாதியாக மாற்றிவிட்டது. கைதிகளை அடித்துத் துவைத்த போதெல்லாம், சதுர்வேதிக்கு எதிராகக் கிளம்பிவிடுவார் பாலகோபால். கடமையை முன்னிறுத்தும் காவல்துறை அதிகாரி ஒரு பக்கம், உரிமையை உரத்து முழங்கும் போராளி இன்னொரு பக்கம். இரண்டு எதிரெதிர் துருவங்களும் காந்தவியல் விசை தத்துவத்தின் படி நெருங்கி வந்தனர். பாலகோபால் குடும்பத்தைப் போலவே சனாதன தர்மத்தை ஆசாரமாகக் கடைபிடிக்கும் குடும்பம் சதுர்வேதியோட குடும்பம். ஆனால் பாலகோபாலைப் போல அயிரை மீனை ஆசை தீரத் தின்னும் அந்தணராகிப் போனார் சதுர்வேதி.

எட்டரை மணி வாக்கில் வீட்டுக்குத் திரும்பிய போது டிவி ரிப்போர்ட்டர் அஹ்மது ஜலாலுதீனும் அவர் நண்பரும் வாசலில் நின்றனர். வீட்டுக்குள்ள போய் இருந்திருக்கலாமே, ஏன் வெளில நிக்கிறீங்கன்னு கேட்டவர், மகள் ஜீனத்தை அழைத்தார். வாப்பா வந்த சுவட்டின் வாசனை நாசியைத் தொட்டதும், அனிச்சையாக பின்ட்டோவுக்கான உணவை ஜீனத் எடுத்து வந்தாள். சதுர்வேதி அங்கிள் தவிர இன்னும் இரண்டு புதுமுகங்கள் இருப்பதைப் பார்த்த ஜீனத் வீட்டுக்குள் அவசரமாக நுழைந்தாள். திரும்பி வரும்போது இரண்டு கோப்பைகளில் தேநீரும் இரண்டு குவளைகளில் கம்மங்கூழும் கொண்டு வைத்துவிட்டு, அவளுக்கு அருகில் நின்ற பின்ட்டோவின் தலையைத் தடவிக் கொடுத்தாள். பிடிகிரியை பின்ட்டோ மூஸ் மூஸென்று ரசித்துப் பசியாறினான்.

"இவருதான் உங்களைப் பார்க்கணும்னு சொன்னது, பேரு அய்யாஷ். ராம்நாதபுரம் மாவட்டம் பூந்தாழை சொந்த ஊரு. தமிழ்மணி பத்திரிகைல சப் எடிட்டரா இருக்காரு..." தேநீர் அருந்தியபடி டிவி ரிப்போர்ட்டர் ஜலாலுதீன் அறிமுகப்படுத்தினார். முகமனைப் பரிமாறிக் கொண்ட அய்யாஷ், கான் பாகவியின் முதுகுக்குப் பின்புறமிருந்த புத்தக அலமாரியைப் பார்த்துப் பிரமித்தார். இஸ்லாமிய மார்க்கத்தின் அடிப்படை மூலாதாரங்களான இறைவேதம் குர்ஆன் மற்றும் இறைத்தூதர் போதனைகளின் அரபி கிரந்தங்களும், அதற்கான விளக்கவுரை நூல்களும் தடித் தடியாக அணிவகுத்தன.

"பூந்தாழை கிராமமா?" உற்சாகமாகச் சிரித்தபடியே தொடங்கிய கான் பாகவி, "பஸீம் ஹஜ்ரத் உங்களுக்குத் தெரியுமா? நாங்க ரெண்டு பேரும் ஒண்ணாத்தான் வேலூர் பாகியாத் மதரஸாவில ஓதினோம். கிஷோர்... நான் ஏற்கனவே சொல்லியிருக்கேன்ல ஐஏஎஸ், ஐபிஎஸ் மாதிரி, இஸ்லாம் சம்பந்தமாகப் படிச்சி, டிகிரி பட்டம் வாங்கும் போது, உங்களுக்குப் புரியிற மாதிரி சொல்றதுன்னா ரெலிஜியஸ் ஸ்காலர் ஆகும் போது அந்த இன்ஸ்டிட்யூட் பேரையே, பட்டமா நாங்க யூஸ் பண்ணுவோம். நான் படிச்ச கல்வி நிறுவனம் பேரு பாகியாத், அதனால பாகவி'ன்னு என் பேருக்குப் பின்னாடி போட்டுக்கிறேன்."

"அப்துல்லா எத்தன தடவப்பா இதச் சொல்லுவ... காஸிமி, உலவி, ரஷாதி இதெல்லாம் மதரஸா பேருதானே... இங்க படிச்சவங்கல்லாம், இந்தப் பட்டத்த அவங்க பேரு பின்னாடி போட்டுக்குவாங்க, கரெக்டா?... உன் டார்ச்சருக்கு பேசாம, நான் ரிட்டையர்ட் ஆன பின்னாடி மதரஸாவுல சேர்ந்து பட்டம் வாங்கியிருக்கலாம், கிஷோர் சதுர்வேதி பாகவி... கேட்கவே நல்லாருக்குல்ல... ஜீனத் உங்கப்பா படுத்துறார்மா..."

'கிஷோர் சதுர்வேதி பாகவி' என்று சொன்னதும் நாயைத் தவிர அனைவரும் சிரித்துவிட்டார்கள். பின்ட்டோவுக்கு ஒன்றும் புரியவில்லை, தலையைத் தூக்கி ஒரு மாதிரியாகப் பார்க்கவும், "ஒண்ணுமில்லடா நீ சாப்பிடு..." ஜீனத் பின்ட்டோவை ஆதுரத்துடன் கழுத்தைக் கட்டிக் கொண்டாள்.

"வாப்பா... எப்பப் பாரு, அங்கிளுக்கு கிளாஸ் எடுத்திக்கிட்டே இருக்கீங்களே... பாருங்க பின்ட்டோ மிரளுறான். அங்கிள

பள்ளிவாசலுக்குத் தொழுக கூட்டிட்டுப் போனா, அவங்க முஸ்லிம் இல்லைன்னு யாருக்காவது நம்ம ஏரியாவுல சந்தேகம் வருமா என்ன...”

“நல்லா சொல்லு மருமகளே, அப்துல்லா பாய் சில நேரம் இப்படித்தான் உளறி மாட்டிக்கிறாரு... அவருக்கு வயசாயிடுச்சில்ல, ஞாபக மறதி ஜாஸ்தியாயிடுத்து. அதான் சொன்னதையே சில நேரம் திரும்பத் திரும்ப சொல்லிடுறாரு...”

சதுர்வேதியும் ஜீனத்தும் சேர்ந்து கொண்டால் கான் பாகவியை விதூஷகனாக்கிவிடுவார்கள். ஏதோ விழிப்புத்தட்ட, இருக்கையிலிருந்த எழுந்த கான் பாகவி திடுக்கிட்டவராகக் குரலை உயர்த்தினார். “அவர் பேரு என்ன சொன்னீங்க...?” டிவி ரிப்போர்ட்டர் ஜலாலைப் பார்த்துக் கேட்டவர், அருகில் அமர்ந்திருந்தவரிடம், “சார் உங்க பேரு என்ன?” எனத் திடீரென சம்பந்தமே இல்லாமல் கேட்கவும் பத்திரிகையாளர்கள் இருவரும் தயக்கத்தோடு எழுந்தனர். எதுக்கு இப்படி பீதியடைகிறார் என டிவி ரிப்போர்ட்டர் ஜலால் கண்களை உருட்ட, கிஷோரும் ஜீனத்தும் கூட கவனம் குவித்தனர்.

இப்படி கான் பாகவி அதிர்ச்சியில் உறைந்து போகலாம் என எதிர்பார்த்திருந்தவரைப் போல நிதானமாகப் பேச்சைத் தொடங்கினார். “என்னுடைய பேரு அய்யாஷ், என்னை உங்களுக்கு நினைவிருக்கும்னு நினைக்கிறேன்...” சினிமாவில் வரும் ஹீரோ, வில்லன் மாதிரி பேசினால் எப்படி இருக்கும்? அந்தக் குரலில் பிசிரு எதுவுமின்றி அழுத்தமாகச் சொல்லிவிட்டு அமர்ந்தார். அவர் உட்கார்ந்திருந்த தோரணையைப் பார்த்தால், என்னை உங்களுக்கு நினைவில்லையா? என் பேரையும், என்னோட ஊர் பேரையும் கேட்டதுமே உங்களுக்கு ஞாபகம் வந்திருக்க வேண்டுமே? அந்தக் கடிதத்தை மறந்திட்டீங்களா? அவ்வளவு சீக்கிரத்தில் மறந்திருக்க மாட்டீங்களே... என நினைவுபடுத்துவது மாதிரி இருந்தது.

அவர் பெயரைக் கேட்டதும் நிலைகுலைந்து உறைந்தார் கான் பாகவி. ஜலாலுதீனும் அமர்ந்தார். தான் அழைத்து வந்தவரைப் பார்த்துக் கான் பாகவி ஏன் இப்படி மிரள்கிறார்? நொடிப் பொழுதில் நிலவிய அமைதியில் அய்யாஷின் முகத்தைப் பார்த்தார். போனில் பேசும் போது, இயக்கம்

எதையும் சேர்ந்தவரா எனக் கான் பாகவி கேட்டது இப்போது நினைவுக்கு வந்தது. ஃபேஸ்புக் அறிமுகம்தான் என்றாலும் சக துறையைச் சேர்ந்தவர் என்பதால் நெருக்கமாகப் பழகி வந்தோம். நம்முடன் வந்திருக்கும் இந்த அய்யாஷ் யாரு? டிவி ரிப்போர்ட்டர் ஜலாலுதீன் யோசித்தார். சதுர்வேதியும் ஜீனத்தும் இந்த உரையாடலை ஈடுபாடின்றிக் கேட்டுக் கொண்டே, பின்ட்டோவோடு விளையாடிக் கொண்டிருந்தனர்.

“இருபத்தஞ்சு வருஷம் இருக்கும்... நான் அப்போ காலேஜ் ஃபைனல் இயர் படிச்சிக்கிட்டு இருந்தேன். நீங்க *தமிழ்மணி* பத்திரிகைல, இப்போ நான் வேலை செஞ்சிக்கிட்டு இருக்குற அதே தமிழ்மணி பத்திரிகைல நடுப்பக்கத்துல ஒரு கட்டுரை எழுதியிருந்தீங்க, ஞாபகமிருக்கா? அந்தக் கட்டுரையோட தலைப்பு சரியா இப்ப நினைவில்ல. இஸ்லாமிய மார்க்க அறிஞர், எழுத்தாளர், சிறந்த பேச்சாளர்னு அப்ப உங்க மேல எனக்குப் பெரிய மரியாதை இருந்திச்சி...” அய்யாஷ் சொல்லச் சொல்ல கான் பாகவி ஏதோ குற்றச்செயல் செய்து மாட்டிக் கொண்டதுபோல முழித்தார்.

“ஆனா, அந்தக் கட்டுரைல, பாபரி மஸ்ஜித இடிச்ச வழக்குல நீதிமன்ற தீர்ப்பை நாம எதிர்பார்த்து இருக்கோம், உச்சநீதிமன்றம் நல்ல தீர்ப்பை வழங்கும்னு, இந்துத்துவ வாதிகளின் ஊதுகுழலைப் போல எழுதியிருந்தீங்க...” தேநீர் அருந்திய கோப்பையை எதிரில் இருந்த மேஜையில் வைத்துவிட்டு, சினிமாவில் சண்டைக் காட்சியில் வில்லனை அடித்து வீழ்த்திய கதாநாயகனைப் போல கம்பீரமாக அமர்ந்திருந்தார் அய்யாஷ்.

ஓர் இடைவெளிவிட்டு அவர் மீண்டும் பேசத் தொடங்கிய போது குறுக்கிட்ட கான் பாகவி, “அப்ப என்னைக் கடிதம் மூலம் மிரட்டின அய்யாஷ் நீங்கதானா மிஸ்டர்?” எனக் கத்திக் கொண்டு கான் பாகவி எழவும், சடுதியில் சதுர்வேதியின் போலீஸ் மூளை விழித்துக் கொண்டது.

“என்ன சொல்ற கான்... அப்போ என்ட்ட சொல்லி நீ பயந்தியே அந்தச் சம்பவமா? அப்பவே கம்ப்ளயிண்ட் கொடுன்னு சொன்னேன், நீ கேட்கல... இப்பப் பாரு துஷ்டன் உன் வீட்டுக்கே நேரா வந்திட்டான்...” ஓய்வுபெறுவதற்கு முந்தைய போலீஸ்காரர் வெளியே வந்தார்.

சதுர்வேதி அரற்றவும் பின்ட்டோ பாய்ந்து பாய்ந்து குரைத்தது. ஜீனத்தின் கைகளில் கடிவாளம் இருந்ததால் அந்த இரண்டு பேரின் தொடைச் சதை தப்பித்தது. என்ன நினைத்தாரோ தெரியவில்லை, கான் பாகவி அமைதியான மனநிலைக்குத் திரும்பிச் சதுர்வேதியை அமர்த்தினார். அவரைச் சதுர்வேதி முறைத்தார். பின்ட்டோவின் உறுமல் கேட்டு கதீஜா பீவியும் பயந்து போய் நடுக்கூடத்திற்கு வந்துவிட்டார். காலையில் கணவனைப் பார்த்து விம்மியது வேறு ரூபம் எடுக்கிறதோ என அவருக்குக் கவலை. வந்திருக்கும் இரண்டு பேரும் யாரு? போலீஸ்காரர்களா? யூனிஃபார்ம் இல்லையே, வேறு யாராக இருக்கும்?

“பின்ட்டோவுக்கு ஜூஸ் கொடு ஜீனத்... கிஷோர் கோவப்படாதப்பா... அப்ப இந்தப் பையன் மட்டும் கடிதம் எழுதல, ஏறக்குறைய நூத்திப் பத்து கடிதம் வந்திச்சி... அதுல இருந்த கண்டெண்ட்ட வச்சி அவனுங்கெல்லாம் ஒரே குரூப்புன்னு முடிவு பண்ணினேன். எனக்கு ஒரு நம்பிக்கை இருந்திச்சி, ஒரு முஸ்லிம் இன்னொரு முஸ்லிம தாக்கமாட்டான். மிரட்டல் கடிதம்தானேன்னுதான் அப்ப கம்ப்ளெயிண்ட் கொடுக்கல...”

“ஆமா ஆலிம்ஷா... அது வெறுமனே மிரட்டல் கடிதம்தான். உங்களை அந்தப் பத்திரிகை பயன்படுத்தப் பார்த்திச்சி. நான் கடிதம் எழுதுன பின்னாடி, நீங்களும் அந்தப் பத்திரிகைல அதே மாதிரி எழுதல. அந்தப் பத்திரிகைல எழுதுறதையே நிறுத்திட்டீங்கன்னு நினைக்கிறேன்... உங்க கணிப்பு சரிதான், ஆனா இயக்கம் குரூப்லாம் எதுவுமில்ல. உங்களுக்குக் கடிதம் எழுதுனதுலாம் என்னோட ஃப்ரெண்ட்ஸ்தான்...” அய்யாஷ் மென்மையாக இடக்காகப் பேசவும் ஆத்திரமடைந்த சதுர்வேதி அவனை நோக்கி நடந்தார்.

“அதெல்லாம் சரி மேன்... இப்ப எதுக்கு வந்திருக்க? அப்துல்லா பாயை நேரா பார்த்து, அப்போ பாபரி மஸ்ஜித் பத்தி எழுதினதுக்கு இப்ப பழிவாங்கப் போறியா?” அவன் சட்டையைப் பிடித்துத் தூக்கினார். இதை யாரும் எதிர்பார்க்கவில்லை. கண நேரத்தில் அந்தக் கூடமே சண்டைக் களமாக மாறிவிட்டது. கதீஜா பீவி படபடப்போடு நெருங்கிவந்து, “அண்ணே வேணாம்...

வீட்டுக்கு வந்த விருந்தாளிங்க அவங்க...” அவரும் ஜீனத்தும் சதுர்வேதியின் கைகளைத் தடுத்தனர். இந்தச் சூழ்நிலையை பத்திரிகையாளர் ஜலாலுதீன் எதிர்பார்க்கவில்லை. “அய்யாஷ் நீங்க சொல்ல வந்ததச் சொல்லுங்க, நாம கிளம்பலாம்...” ஏதோ விபரீதமாகப் படுவதாக அவர் அவசரப்படுத்தினார்.

கிஷோரின் பிடியில் இருந்து பத்திரிகையாளரை விடுவித்து இருவரையும் அமரச் சொன்ன கான் பாகவி, “கிஷோர்... இன்ஃபாக்ட் அவரு எனக்கு நல்லதுதான் செய்திருக்காரு. அவர் மேல இப்ப எனக்குத் துளியும் கோபமில்ல. காலையில இருந்து என் மனச அரிச்சிக்கிட்டிருக்குறது இதுவும் சேர்த்துத்தான்... நேத்து அயோத்தியில ராமர் சிலை பிரதிஷ்டைக்கு எவ்வளவோ பிரபலங்கள் அங்க போயிருந்தாங்க. நிர்ப்பந்ததுல போனாங்களான்னு பார்த்தா, அப்டிலாம் இல்ல போல... போயிட்டு புகழ்ந்து தள்ளி வீடியோ போடுறாங்க. இதப் பார்த்தா இத்தனை நாளும் நம்மள்ட்ட வேஷம் போட்டிருக்காங்க, உள்ளுக்குள்ள பயங்கர ஃபாசிஸ்டுகளா இருந்திருக்காங்கன்னு தெரியுது...” வறண்டு போயிருந்த தொண்டையை மேஜையில் இருந்த பாட்டில் தண்ணீரில் நனைத்த பின், அவரின் குரலில் மென்மை படர்ந்தது.

“குஜராத் கலவரத்துல இதுதான் நடந்திச்சி... பக்கத்து வீட்டுக்காரங்களா நல்லா அன்பா பழகினவங்க முஸ்லிம்களை துடிக்க துடிக்க கொலை பண்ணினாங்க... கர்ப்பிணி வயித்த கிழிச்சிச் சிசுவை எரிச்சி கொன்னாங்க... முஸ்லிம்களோட இடுகாட்டுல கப்ருகளைத் தோண்டி, அதுல இருந்த எலும்புகள் மேல பெட்ரோல ஊத்திக் கொளுத்தி இருக்காங்கன்னா எவ்வளவு வெறி இருந்திருக்கும்...” கான் பாகவி பேசப் பேச, நம்ம கடிதம் நன்றாக வேலை செய்திருப்பதாக நினைத்துக் கொண்டு, அய்யாஷ் உன்னிப்பாகக் கவனித்தார்.

“இப்பத்தான் எனக்குப் புரியுது, நீதிமன்றங்கள நம்பணும், நீதிக்கு கட்டுப்படணும், கண்ணைக் கட்டிய நீதி தேவதை அநீதிக்கு எந்தக் காலமும் துணை போகாதுன்னு முஸ்லிம்களை நம்ப வைக்க என்னைய மாதிரி ஆட்களை வச்சி, பத்திரிகைல கட்டுரை எழுத வச்சிருக்காங்க... நானும் அது வெளங்காம, ஓர் ஆலிமை மதித்து பிரபலமான பத்திரிகைல நடுப்பக்கத்துல

கட்டுரை எழுதச் சொல்றாங்கன்னு பெருமைல மயங்கிட்டேன்... இசையமைப்பாளர் சிச்சுவேசனுக்கு ஏத்த மாதிரி ட்யூன மனசுக்குள்ள உருவகம் செஞ்சிடுவாரு... அந்த டியூனுக்கு தக்க பாட்டு எழுத, பாடலாசிரியர்ட்ட ட்யூன, தத்தகாரத்துல சொல்லுவாங்க, அதுக்குப் பாடலாசிரியர் பாட்டு எழுதுற மாதிரி நானும் எழுதியிருக்கேன். வறுமையின் நிறம் சிவப்பு படத்துல ஸ்ரீதேவி, 'தந்தன தத்தன தையன தத்தன...' அப்டின்னு தத்தகாரத்த சொல்லவும், 'சிப்பி இருக்குது முத்து இருக்குது' அப்டின்னு கமல் பாடுவாரே அந்த மாதிரி நானும் அந்தப் பத்திரிகை எதை எதிர்பார்த்ததோ அதையே கட்டுரையா எழுதிக் கொடுத்திருக்கேன்..."

தொழுகையில் தரையை நெற்றியில் வைத்து 'ஸஜ்தா' நிலையில், இறைவனின் தண்டனைக்குப் பயந்து, மனமிறங்கி, பாவத்தை ஒப்புக் கொண்டு மன்றாடுவது போல இருந்தது கான் பாகவியின் ஒப்புதல் வாக்குமூலம்.

அந்நியரைப் போல வீட்டுக்குள் வந்து, அடாவடியாக மிரட்டிக் கொண்டிருப்பவனாகத் தன்னைப் பார்த்த பார்வையை இந்தச் சந்தர்ப்பத்தில் மாற்ற விரும்பிய அய்யாஷ், விவாதத்தைத் தன் வசமாக்க விரும்பி, "உங்களுக்கு இப்பத்தான் புரியுது... இப்ப சொல்லுங்க நான் செஞ்சது, அதாவது மிரட்டினதா சொன்னீங்கல்ல அது தப்பா...?" எனக் கேட்டார்.

"உண்மைதான் தம்பி... நீங்க ரொம்ப சரியா சொன்னீங்க... நீங்க மிரட்டினதா சொல்ல முடியாது, சொல்லக் கூடாது. அப்ப ஒரே சமயத்துல நூத்துக்கும் மேல கடிதம் வரவும்தான் நான் பயந்திட்டேன். வீட்டுக்காரம்மாவும் பயந்திட்டாங்க. ஆனா, அந்தக் கடிதத்தில நீங்க அறிவுறுத்தியிருந்தது, ஆமா, அறிவுறுத்தினீங்கன்னுதான் சொல்லணும், எவ்வளவு ஹக்-கான வார்த்தைகள்னு இப்ப புரியுது. அந்தக் கடிதத்துல நீங்க சொல்லியிருந்த மெஸேஜ் இப்பவும் எனக்கு நினைவிருக்கு..."

கான் பாகவியின் ஆர்வத்தைத் தூண்டும் பேச்சால் ஈர்க்கப்பட்டு, அடிக்கப் பாய்ந்த சதுர்வேதி இயல்பு நிலைக்குத் திரும்பினார். "அப்துல்லா... என்னப்பா மிரட்டல்னு சொல்லிட்டு இப்ப அந்தத் தம்பிய இப்படி புகழ்ற... அப்படி என்னதான் கடிதத்துல எழுதியிருந்தாரு..."

"ஆமா வாப்பா என்ன கடிதம்? அங்கிளுக்கும் அம்மாவுக்கும்கூட தெரிஞ்சிருக்கு... என்ன கடிதம் அது? நான் பிறக்கிறதுக்கு முன்னாடி நடந்த சம்பவம் போல... ரொம்ப இண்ட்ரஸ்டிங்கா இருக்கு... என்னோட ரிசர்ச்சுக்கு யூஸ் ஆகும். டீட்டெய்லா சொல்லுங்க..." அரசியல் அறிவியலில் முதுகலை பட்டம் படிக்கும் ஜீனத்துக்குச் சுவாரஸ்யமாகத் தெரிந்தது இந்த உரையாடல்.

"தம்பி எழுதின கடிதத்துல இருந்த தகவல்கள சொல்றேன்..." அலையடித்த கடற்கரை மணலாக, சினத்தின் தடம் எதுவுமில்லாமல் மிருதுவாகப் பேச்சைத் தொடர்ந்தார் கான் பாகவி.

"சரியா எந்த வருஷம்னு எனக்கு நினைவில்ல, தமிழ்மணி பத்திரிகை நடுப்பக்கத்துல நான் ஒரு கட்டுரை எழுதியிருந்தேன். அந்தக் கட்டுரையோட தலைப்பும் இப்ப நினைவுல இல்ல, ஏறக்குறைய இருபத்தஞ்சு வருஷம் ஆச்சுல்ல... அந்தக் கட்டுரைல பாபரி மஸ்ஜித் இடம் தொடர்பா, நீதிமன்றம் அளிக்கும் தீர்ப்பை இந்திய முஸ்லிம்கள் ஏத்துக்க வேணும்னு எழுதியிருந்தேன். தமிழகத்துல நடுநிலையான, அறிவுஜீவிகள் படிக்கிற பத்திரிகைன்னு அந்தப் பத்திரிகைக்கு அப்ப ஒரு தோற்றம் இருந்திச்சி, இப்ப அப்படி இல்லைங்கிறது வேற விஷயம். அப்படிப்பட்ட டெய்லி பத்திரிகைல, அரசியல் முக்கியத்துவம் வாய்ந்த கட்டுரைகளெல்லாம் நடுப்பக்கத்துல வரும். பெரிய பெரிய கல்விமான்கள், பேராசிரியர்கள், ஆய்வாளர்களுக்குத்தான் நடுப்பக்க கட்டுரை எழுத அந்தப் பத்திரிகைல வாய்ப்பு கொடுப்பாங்க. முஸ்லிம்கள் யாரும் அந்தச் சமயத்துல கட்டுரை எழுதின மாதிரி எனக்கு நினைவில்ல. நானும் இன்னொரு ஆலிம்ஷாவும் அப்பப்ப கட்டுரை எழுத தமிழ்மணி பத்திரிகை வாய்ப்பு கொடுத்திச்சி. அதை நான் பெருமையாகவும் பெரிய கவுரவமாகவும் நெனச்சேன்." வாப்பா சொல்வதை கவனமாகக் கேட்டாள் ஜீனத்.

"அதாவது, முஸ்லிம் சமூகத்துல இருக்கிற முற்போக்கான அறிவுஜீவி நான் அப்டிங்கிற பிம்பத்த அந்தப் பத்திரிகை ஏற்படுத்துனிச்சி. அந்தப் பெருமைல மயங்கி, நானும் நடுநிலையா என்னோட எழுத்து இருக்கணும்னு அப்ப அப்படியொரு கட்டுரை எழுதினேன். ஆனா, அந்தப் பத்திரிகையோட நோக்கம்

வேற மாதிரி இருந்ததை இப்போதுள்ள சூழ்நிலையோட ஒப்பிட்டுப் பார்க்கும் போது புரியுது. என்னைய அவங்க பயன்படுத்திட்டாங்கன்னுதான் சொல்லத் தோணுது..."

வாப்பாவின் அப்பாவித்தனம் ஆச்சரியமாகத் தெரிந்தது ஜீனத்துக்கு. நடப்பு அரசியலை அவள் பரந்த கோணத்தில் அறிந்துவைத்திருந்தாள். இஸ்லாமிய சட்ட நுணுக்கம், இஸ்லாமிய வரலாற்று ஆய்வு என இஸ்லாமிய மார்க்கம் பற்றி ஆழ்ந்த ஞானம் கொண்ட தன்னுடைய தந்தைக்கு, இந்திய அரசியல் சூழல் பற்றி போதுமான விழிப்பு இல்லை என்பது ஒரு மனக்குறையாக அவள் உள்ளத்தில் எழுந்தது.

"ஏதோ நடந்தது நடந்துவிட்டது..." ஓர் அப்பாவியைப் போல கான் பாகவி தொடர்ந்தார். "தம்பி எழுதியிருந்த கடிதத்துல இருந்த வாசகங்கள சொல்ல மறந்திட்டேனே... இந்துத்துவம் வாழ்வியல் நெறின்னு உச்சநீதிமன்றம் தீர்ப்பு சொல்லியிருக்கு, அப்படி இருக்குறப்ப எப்படி அந்த நீதிமன்றம் பாபரி மஸ்ஜித் இடத்தை உங்களுக்குத் திருப்பித் தரும்னு நம்புறீங்கன்னு அந்தக் கடிதத்துல தம்பி கேட்டிருந்தார். இந்த வாதம் அப்ப எனக்கு பெரிசா தெரியல. ஒண்ணு... நீதி, நேர்மைன்னு இந்த சிஸ்டத்த அப்ப பலமா நம்பினேன். இன்னொன்னு நூத்துக்கும் மேல கடிதம் வந்ததால கொஞ்சம் பயந்து போயிட்டேன். ஆனா, இப்படி கொத்து கொத்தா கடிதம் வந்ததால ஒரு நல்லது நடந்திச்சி, அதுக்கப்புறம் *தமிழ்மணி* பத்திரிகைக்குக் கட்டுரை எழுதுறதையே விட்டுட்டேன்..."

"பயந்திட்டீங்களா வாப்பா?..." ஜீனத் குறுகுறுத்தாள்.

"அப்படியும் சொல்லலாம்..." சொல்லிவிட்டுப் பத்திரிகையாளர்கள் இருவரையும் பார்த்துக் கான் பாகவி சிரித்தார்.

"அந்தத் தம்பி சரியாத்தான் சொல்லியிருக்காரு..." அப்பாவும் மகளும் பேசிக் கொண்டிருப்பதைக் கேட்காதது போல பின்ட்டோவைக் கொஞ்சிக் கொண்டிருந்த கிஷோர் உரையாடலுக்குள் வந்தார். "இந்துத்துவத்த வாழ்வியல் நெறின்னு நீதிபதிகள் சொல்றாங்கன்னா நீதித்துறை எவ்வளவு கரப்ட் ஆகியிருக்கும்? கரப்ட்டுன்னா பணம் வாங்கிட்டு ஊழல் பண்றது மட்டுமில்லையே... சிந்தனை ரீதியாக அடிமையாப்

போறதும் ஊழல்தானே... அப்ப அந்த நீதித்துறைய நம்பலாமா? எந்த அடிப்படையில நம்பிக்கை வைக்கிறது?"

சட்டையைப் பிடித்து உலுக்கியதால் அவமானமடைந்த அய்யாஷ், அதை மறந்து சதுர்வேதியின் பேச்சைக் கேட்க அவருக்கு முகம் கொடுத்தார். பின்ட்டோவும் அவர் பேசுவதைத் தலையை உயர்த்திக் கேட்டது.

"அப்துல்லா பாய்... மதம் தொடர்பான விஷயத்துல தமிழ்நாட்டுல பயங்கர குழப்பம் நிலவுதுன்னு நான் நினைக்கிறேன்." அப்துல்லா பாய் என அவர் விளித்தது தனது நண்பரை மட்டுமல்ல. அங்கிருந்த மற்ற 'பாய்'களுக்கும் சேர்த்துத்தான் என்பதாக இருந்தது சதுர்வேதியின் குரல் ஏற்ற இறக்கம்.

"வடநாட்டுல, ஒட்டுமொத்தமா இந்து மதத்துக்கு ஆதரவா மாறிட்டாங்க. அது எந்தக் கட்சின்னு இல்ல. எல்லாக் கட்சியும் இந்து மதம் பத்தின பார்வைல ஒரேவிதம்தான். ஆனா, தென்னிந்தியாவுல, அதுவும் தமிழ்நாட்டுல, இந்து மதம் தொடர்பா வித்தியாசமான ஒரு பார்வை இருந்திச்சி, பெரியார் மாதிரியான தலைவர்கள் அந்தப் பார்வைய இங்க ஆழமா பதிச்சிருக்காங்க. அதுல இப்போ ஒரு தடுமாற்றம் தெரியிறத பார்க்க முடியுது. ராமர் கடவுள்தான், அதுல பிரச்சினை இல்ல, அயோத்தியில அவசர அவசரமா கோயில திறக்கிறதுதான் அரசியலா தெரியுது... அப்டிங்கிற மாதிரி பேசி சமாளிக்கிறாங்க... ஆனா, எனக்கு வேற ஒரு பார்வை இருக்கு. காஞ்சா அய்லய்யா தெரியுமா? எங்க ஊர்க்காரருதான், அவர் புக்ஸ் இங்க தமிழ்ல இருக்கான்னு தெரியல..."

"ஆமா, சார்... 'நான் ஏன் இந்து அல்ல...' அப்டிங்கிற தலைப்புல தமிழ்ல காஞ்சா அய்லய்யாவோட புக் வந்திருக்கு, படிச்சிருக்கேன்..." அய்யாஷின் பதிலால் திருப்தியடைந்த சதுர்வேதி, "ஓ... தமிழ்ல அவரு புத்தகம் வந்திருக்கா..." ஆச்சரியமாகத் தலையை ஆட்டினார்.

இவர் சரக்கு உள்ள ஆளு எனக் கணித்த அய்யாஷ், இருக்கையிலிருந்து முதுகைத் தளர்த்தினார். ஒரு பத்திரிகையாளனுக்குத் தகவல்தானே ஆயுதம். இருக்கையின் நுனிக்கு நகர்ந்த அவர், "ஆலிம்ஷா... இவங்க யார்னு

சொல்லலியே...” இழுத்தபடியே பார்வையைக் கான் பாகவி பக்கம் திருப்பினார். கிஷோர் சதுர்வேதி ஐபிஎஸ் பற்றி சுருக்கமாக அறிமுகப்படுத்தினார் கான் பாகவி.

திருமண நிகழ்வில் சின்னச் சின்ன மனஸ்தாபங்களுக்காக இரு வீட்டாரும் சண்டை பிடித்துக் கொள்ளும் போது மணமகனும் மணமகளும் தங்கள் தரப்பு பக்கம் நின்று சண்டை போட்டாலும், சற்று நேரத்தில் சச்சரவு ஓய்ந்து கணவன்-மனைவியான பின் மோகத்தோடு கரம் கோர்ப்பது போல, பத்திரிகையாளர்கள் இருவரும் அந்தக் கணம்தான் சந்திப்பது போல வெட்கம் மினுங்க சிரித்து, சதுர்வேதியோடு கைகுலுக்கிக் கொண்டனர்.

“காஞ்சா அய்லய்யா ஒட்டுமொத்தமா இந்து மதத்தையே ஃபாசிஸம்னுதான் சொல்றாரு... *‘பஃப்பல்லோ நேஷனலிசம்’* அப்டிங்குற புக்குல, இந்து சமூகத்தில பெரும்பான்மையாக இருக்கக் கூடிய மக்களுக்குச் சமத்துவமோ சுதந்திரத்தையோ தராத *Spiritual Fascism* அப்டின்னு இந்து மதத்த கடுமையான வார்த்தையைப் பயன்படுத்தி விமர்ச்சிக்கிறாரு...”

மறுபடியும் குறுக்கிட்ட அய்யாஷ், “இந்தப் புத்தகமும் *‘எருமை தேசியம்’*ங்கிற தலைப்புல தமிழ்ல வந்திருக்கு சார்...”

“பாரு அப்துல்லா... நீ சொன்ன மாதிரி தம்பி பயங்கர அப்டேட்டா இருக்கான்... அதனாலதான் உன் மேல கடுப்பாகி, கடிதம் எழுதி, தன்னோட ஃப்ரெண்ட்ஸ்களையும் எழுத வச்சி லைட்டா மிரட்டிருகிறான். தம்பி இப்படி த்ரெட்டன் பண்றதுக்கு என்ன பனிஷ்மென்ட் தெரியுமா? ரெண்டு வருஷம் ஜெயில்...”

“சார்... அது கொலை முயற்சி செய்கிற மோடிவ்ல மிரட்டினாத் தான் ஐபிசி ஃபைவ் நாட் சிக்ஸ் சட்டப் பிரிவைப் பயன்படுத்த முடியும். நான் வெறுமனே கடிதத்தில் சுட்டிக் காட்டினேன், அவ்வளவுதான் சார்...” அய்யாஷ் தன்னுடைய பத்திரிகைத் துறை அறிவை வெளிக்காட்டத் தயங்கவில்லை. கோபத்தைத் தள்ளி வைத்துவிட்டு தேசத்தின் எதார்த்த சூழலை இயல்பாகப் பேசியதால், சதுர்வேதியை நட்பாக அணுகினார்.

“அதெல்லாம் இருக்கட்டும் வாப்பா... அயோத்தியில ராமர் கோயில் கட்டித் திறந்த நிகழ்வுகளை நீங்க ஏன் இவ்வளவு

சீரியஸா பார்க்குறீங்க? இப்படி நான் உங்களைப் பார்த்ததே இல்லையே... எவ்வளவு பயான் பண்ணியிருக்கீங்க? எல்லா பயான்களிலும் நம்பிக்கை தரக்கூடிய வாசகங்களைத்தானே பேசுவீங்க... உங்களுடைய அந்த உரையைக் கேட்கக்கூடிய யாருக்குமே எதிர்காலம் பத்தின கவலை போயிடுமே... இறைவன் மேல நம்பிக்கை வச்சி, அடுத்த எட்ட எடுத்துவைக்க தொடங்கிடுவாங்களே... நீங்களே இப்படி பயப்படலாமா?" கான் பாகவியின் மனதை ஊடுருவிப் பார்த்து அவர் மனசாட்சியை உலுக்கினாள் ஜீனத்.

"மருமக சரியான கேள்வி கேட்டா, அப்துல்லா சாப், ஏன் இப்படி பயப்படுறீங்க? துப்பாக்கி வாங்க லைசென்சுக்கு அப்ளை பண்ணுவோமா?" வலது கை விரல்களைத் துப்பாக்கியைப் போல மடக்கிச் சுட்டுக் காண்பித்துச் சிரித்தார். என்ன பதில் சொல்வது என்று தெரியாமல் இளித்தார் கான் பாகவி.

"இப்ப உள்ள ஆட்சியாளர்களெல்லாம் ஃபிர்அவ்ன் மாதிரி ரொம்ப மோசமானவங்களா இன்னும் மாறல வாப்பா. அந்த அளவுக்கு மோசமா மாறினாலும் நாம கவலைப்படத் தேவையில்ல. யாருக்குமே ஒரு முடிவுன்னு இல்லாமப் போகாதுல்ல... ஃபிர்அவ்ன் எப்படி செத்தான்னு நமக்கு ஆறுதல் அளிக்கக் கூடிய சம்பவம் வரலாற்றுல இருக்குதானே... அப்படியான ஒரு நாள் இங்கயும் வரத்தானே செய்யும்... அந்த நாள் தானே வரும்னும் சும்மா உட்காரக்கூடாது நாம... சரிதானே அங்கிள்..."

"ஆமா ஜீனத். ரொம்ப சரியாச் சொன்ன... ஃபிர்அவ்ன்னுன்னா ஃபாரோ மன்னன்தானம்மா..." தன்னுடைய வரலாற்று அறிவை உறுதிப்படுத்திக் கொண்டார் சதுர்வேதி. இந்தப் பேச்சுக்களைத் திசைதிருப்ப விரும்பினார் கான் பாகவி. "பழைய கதையெல்லாம் இருக்கட்டும், இப்ப என்ன விஷயமா வந்திருக்கீங்க... அதையே கேட்க மறந்திட்டேன்..." காலையில் கண் விழித்ததிலிருந்து அழுத்திக் கொண்டிருந்த பாரமெல்லாம் குறைந்து முகமலர்ச்சியோடு கான் பாகவி கேட்டார். இரண்டு பத்திரிகையாளர்களும், எதற்காக வந்திருக்கிறார்கள் என்பதை அறிய சதுர்வேதி, ஜீனத், கதீஜா பீவியும் ஆவலோடு பார்த்தனர்.

"வந்த விஷயத்தைச் சொல்லாம ஏதேதோ பேசி, எங்கெங்கேயோ விவாதம் போயிடுச்சி. உண்மையிலேயே நான் உங்களைச்

சந்திக்க வந்தது, உங்களிடம் மன்னிப்பு கேட்கத்தான்... இதச் சொல்லியிருந்தா, என்ன விஷயம்னு கேட்டு ஜலால் சார், இந்தச் சந்திப்புக்கு ஏற்பாடு செய்திருக்க மாட்டார். அதனாலதான் அவர்ட்டகூட சொல்லல...” சொல்லிவிட்டு எழுந்த அய்யாஷ், கான் பாகவியின் கரங்களைப் பற்ற கைகளை நீட்டினார்.

எழுந்து கைகளை நீட்டிய கான் பாகவி, “இதுக்கு எதுக்கு மன்னிப்பு?” எனத் தழுதழுத்தார். அந்தக் கூடத்தில் சற்று நேரத்திற்கு முன்பு கவிந்த இறுக்கம் தணிந்து, மோன நிலைக்கு மாறியதை, அலமாரியில் அணிவகுத்த புத்தகங்கள் ரசித்தன.

“அந்தச் சின்ன வயசுல ஒரு நல்ல நோக்கத்துலதான் அப்படி செஞ்சேன். அத மனசுல வச்சிக்காதீங்க... எனக்கு எதிராகவோ, அப்ப கடிதம் எழுதின நண்பர்களுக்கு எதிராகவோ எதுவும் இறைவனிடம் பிரார்த்தனை பண்ணிடாதீங்க... மன்னிச்சுக்கோங்க...” கண்களில் இருந்து கண்ணீர் வரவில்லை, மாறாக ஒரு புன்சிரிப்பே துருத்தியது. அய்யாஷின் குரலிலும் பார்வையிலும் ஆத்மார்த்தமான வருத்தமும் வேதனையும் கசிந்தது. அய்யாஷை அப்படியே கட்டிப்பிடித்துத் தழுவிக் கொண்டார் கான் பாகவி. அய்யாஷின் தோள்களைத் தட்டிக் கொடுத்தார் சதுர்வேதி.

ஸலாம் சொல்லிவிட்டு இரண்டு பத்திரிகையாளர்களும் வெளியேறிய பின், ஆறிப் போயிருந்த கம்பங்கூழைக் கான் பாகவியும் சதுர்வேதியும் குடித்தனர். “அயோத்திக்கு போயிட்டு வந்து வீடியோ போட்டது யார் அப்துல்லா? என்ட்ட இதைச் சொல்லவே இல்லையே...”

“யாருன்னு பெயர் சொல்ல விரும்பல கிஷோர். எழுத்துத் துறையில தொடர்புடையவங்கதான் அவங்க. எனக்கு நல்ல பழக்கம். குடும்பத்தோட வீட்டுக்குலாம் வந்திருக்காங்க. கதீஜாவுக்கும் நல்ல பழக்கம். அவங்க போட்ட வீடியோவ காட்டவும்தான் அவளும் ரொம்ப பயந்திட்டா...”

“அப்துல்லா... நாம நினைக்கிற மாதிரிலாம் ஃபாசிஸம் ஓல்ட் ஸ்டைல் ஆஃப் தாட்ஸ்ல இப்ப இல்ல. கருத்துரிமை பேச்சு, நடுநிலையான எழுத்து, முற்போக்கு சிந்தனை அப்டிங்கிற போர்வையில இப்ப ஃபாசிஸ திட்டங்கள் முன்வைக்கப்படுது...”

“அதெப்படி அங்கிள்? ரொம்ப வித்தியாசமா சொல்றீங்களே... மழை பெய்ஞ்சா சிறுத்தையோட புள்ளிகலெல்லாம் அழிஞ்சிடுமா என்ன? மக்கள் எப்படி இதையெல்லாம் நம்புவாங்க? பகுத்தறிவோட சிந்திக்கிற மக்களை ஏமாத்த முடியுமா?”

“ஜீனத், மக்களோட மனவோட்டத்த மாத்திட்டா... நாயைக் காட்டி இதுதான் சிறுத்தைன்னு சொல்லிக்கிட்டே இருக்காங்க, ஒரு கட்டத்துல மக்களும் அதை நம்பிடுறாங்க... அதாவது மனவோட்டத்த மாத்திடுறாங்க. மாற்றப்பட்ட அந்த மனவோட்ட அடிப்படையிலதான பேச்சு, எழுத்து, செயல்பாடுகளெல்லாம் இருக்கும்...”

அப்படி மனவோட்டத்தை மாற்றுகிற கும்பலில் ஒருவராகத்தான் வாப்பாவை, அந்த நாளிதழ் பயன்படுத்தி இருக்கிறதென சிந்தனை வயப்பட்டவளாகச் சதுர்வேதியைப் பார்த்து ஜீனத் தலையசைத்தாள்.

“அட, வீட்டுக்குலாம் வந்திருக்காங்கன்னு சொல்ற, யாருப்பா அது?” அந்த இரண்டு எழுத்தாளர்கள் யார் எனத் தெரிந்து கொள்ள சதுர்வேதியின் போலீஸ் மூக்கு வியர்த்தது.

“அவங்க மேல எனக்கு நல்ல மரியாதை இருக்கு. அதனால பேர சொல்ல வேணாமே...”

“உனக்குப் பிடிக்கலன்னா விடு...” சொல்லிவிட்டு, சதுர்வேதி பின்டோவை அழைத்துக் கொண்டு அவர் வீட்டிற்கு கிளம்பினார். “அப்துல்லா... நாளைக்கு நான் வாக்கிங் வரல... ஃபேமிலியோட கோயிலுக்குப் போறேன், நீயும் வர வேண்டாம். நான் வராத நாட்கள்ல நீ வாக்கிங் போகாத, என்ன...”

அதட்டல் தொனிக்க அக்கறையோடு சாலையில் நடந்தது, சதுர்வேதி வடிவில் ஆழ வேரூன்றிய விருட்சம் ஒரு பக்கம். மறுபக்கம் பச்சையம் மணக்க வீட்டிற்குள் நுழைந்தது ஜீனத் என்ற துளிர். பூமி மெதுவாக மூச்சுவிட்டு ஆசுவாசமடைந்து இயல்பாகச் சுற்றத் தொடங்கியதைக் கான் பாகவி உணர்ந்தார்.

☐ நடுகல் இணைய இதழ், ஆகஸ்ட் 2024

தண்டம்

நடிகர் அஜீத்தின் அதிதீவிர ரசிகரான சரவணனிடம், விடாமுயற்சி திரைப்பட அப்டேட் பற்றி பேசிக் கொண்டே மாடிப்படிகளில் ஏறினேன். "மேடம், இந்த வருஷ தொடக்கத்துலதானே துணிவு படமே ரிலீசாகியிருக்கு. அதுக்குல்ல அப்டேட் கேட்டா எப்டி?" தலைக்காக வக்காலத்து வாங்குவதாக நினைத்துக் கொண்டேன். மருத்துவமனைக்குரிய பரபரப்பு எதுவுமின்றி கனத்த அமைதியோடு எங்களை வரவேற்றது அந்தக் கட்டடத்தின் இரண்டாவது தளம்.

தனியார் மருத்துவமனைகளெல்லாம் இப்போது, விமான நிலையத்துக்கு நிகராகப் பகட்டாகவும் பரபரப்பாகவும் இருக்கின்றன. அதற்கு நேர்மாறாக அரசு மருத்துவமனையின் பிணவறையைப் போல அந்தத் தளம் காட்சியளித்தது. செய்தியாளர் பணியின் போது, பலமுறை பிணவறைக்குப் போயிருந்ததால், அந்தக் காட்சிகள் கண்முன் வந்துபோயின. பிணவறையின் வாடைதான் வரவில்லையே தவிர, பிணவறையைச் சுற்றி, உட்காருவதற்கு இடமோ இருக்கைகளோ இருந்தும், எங்கேயும் அமராமல் கூட்டம் கூட்டமாக நின்றுகொண்டு உறவினர்கள் முணுமுணுத்துக் கொண்டிருப்பது போலச் சலசலப்பு கேட்டது.

கன்றுக்குட்டி ஒன்று, மதம் பிடித்த யானையைப் போல நடந்து கொண்டால் அதிர்ச்சியாகத்தானே இருக்கும். அதிர்ந்து பேசவே தெரியாத ஒருவர் திடீரென எரிமலையாக வெடித்தால்? வெப்பம் தகித்த கண்களில் வெறி தெறிக்க, நிலைகுத்திய பார்வையோடு, அந்தத் தளத்தில் அழகுராஜ் மட்டுமே அமர்ந்திருந்தார். ஏராளமான இருக்கைகளைக் கொண்ட நீண்ட வளாகத்தில், பீதியில் உறைந்து போன குழந்தைகளும் பெற்றோரும்,

அவர் அருகில் செல்ல பயந்து தூரமாக ஆங்காங்கே சிதறி நின்றனர். அழகுராஜின் முகத்தைப் பார்க்கவே அச்சமாக இருந்தது. சினத்தின் உச்சத்தில் எதைப் பற்றியோ சிந்தித்துக் கொண்டிருப்பவர் போல முகபாவனை இருந்தது.

“அக்கோவ்... என்ன செய்யிறதுன்னே தெரியல... பாப்பா ரொம்ப சீரியஸா இருக்கா... இங்க இவரு இப்படி பைத்தியம் மாதிரி நடந்துக்கிறாரு. எனக்கு ரொம்ப பயமா இருக்குக்கா...” கணவர் அழகுராஜை நோக்கி விரலைச் சுட்டிக்காட்டி விசும்பலோடு வெடித்தாள் ஆனந்தி. அவர் அருகில் செல்ல எத்தனித்த என்னைத் தடுத்து நிறுத்தியவள், திடுமென உடைந்து வாய்விட்டு அழுதாள். கன்னங்களில் கண்ணீர் வடிய, துப்பட்டாவால் வாயை அடைத்துக் கொண்டு அவள் தேம்பித் தேம்பி அழுவதைப் பார்க்கச் சகிக்காமல், அவளின் கவனத்தைத் திருப்பும் வகையில் திடீரென நினைவு வந்தவளாக,

“அழாதப்பா... பாப்பாவுக்கு எதுவும் ஆகாது. எவ்வளவு கட்டணும், வா அந்த வேலைய மொதல்ல முடிக்கலாம்...” நான் சொல்லவும், அவளுக்கும் அப்போதுதான் நினைவுதட்டியது போல, மூக்கைத் துடைத்துக் கொண்டு தலைமுடியை இழுத்து, கொண்டையாகச் சுற்றியவள், கீழ் தளத்துக்கு என்னை அழைத்துச் சென்றாள். நடக்கும் போதும் துக்கச் சிணுங்கலை அவளால் நிறுத்த முடியவில்லை. இப்படி நான் ஆனந்தியைப் பார்த்ததே இல்லை, முகப் பருக்கள் அப்பிய கருத்த முகத்தில் எப்போதும் உதட்டைச் சுளித்த ஒரு இளிப்பு இருந்து கொண்டே இருக்கும்.

கேஷ் கவுண்டரில் சிகிச்சைக்குத் தேவையான பணத்தைக் கட்டினேன். மகள் அஸ்வினிக்கு சிகிச்சை அளிப்பதில் இனி எந்தப் பிரச்சினையும் இருக்காது என்பது தெரிந்ததும்தான் ஆனந்தி விம்மலை நிறுத்தி ஆறுதலாகத் தெரிந்தாள். ஆனாலும் கணவர் அழகுராஜ் பக்கத்தில் செல்ல அவள் தயங்கினாள். “ஏதாவது பண்ணிடுவாருக்கா...” எனப் பயமுறுத்தி நான் போவதையும் தடுத்தாள். மனப்பிக்கோடு எதையோ சிந்தித்துக் கொண்டு புறச்சூழலில் இருந்து முற்றிலும் துண்டித்துக் கொண்டு அமர்ந்திருந்தார் அழகுராஜ்.

அலுவலகத்தில் இருந்த எனக்கு போன் போட்டு அழைத்தது ஆனந்திதான். அழுது கெஞ்சி அவசரப்படுத்தியதால் அலுவலக

நண்பரோடு சென்றேன். பதற்றமும் கவலையும் குறைந்து மெதுவாகச் சகஜ நிலைக்குத் திரும்பிக் கொண்டிருந்தாள் ஆனந்தி. அஸ்வினி பாப்பா தூங்கிக் கொண்டிருப்பதால், அரை மணி நேரம் கழித்துப் பார்க்க மருத்துவர்கள் அறிவுறுத்தியிருந்தனர். கணவன்-மனைவிக்கிடையே ஏதோ பிரச்சினை என்பதாக என் உள்ளுணர்வு கவனப்படுத்தவும், ரகசியம் பேசுவது போல ஆனந்தியிடம் மெதுவாகக் கேட்டேன்.

“அஸ்வினிக்கு என்ன பிரச்னை? உங்க வீட்டுக்காரர் ஏன் இப்படி உட்கார்ந்திருக்கார்?”

“ரெண்டு நாளா பாப்பாவுக்குக் காய்ச்சல்க்கா... மூக்கு ஓடிக்கிட்டு அனத்திக்கிட்டே இருந்தா. சளிப்பிடிச்சிருக்கும்னு மொத நாளு சாதாரணமா இருந்திட்டேன். நேத்துத்தான் இவர்ட்ட சொன்னேன். ஆஸ்பத்திரிக்குலாம் போக வேணாம். கசாயம் கொடு, சரியாப் போயிடும்னார். நானும் கொடுத்தேன். சரியாகும். திரும்பவும் ராத்திருக்கு அனலா கொதிக்கும். இப்ப வர்ர காச்சல்லாம் அப்படித்தான இருக்கு. மாத்திரை மருந்து கொடுத்தாலும் ஒரு வாரத்துக்கு மேல பாடாய்ப்படுத்திட்டுத்தான போவுது. அதனால நானும் ஆஸ்பத்திரிக்கு கூட்டிட்டுப் போவ அவர கட்டாயப்படுத்தல. இன்னிக்குக் காலையில அவரு கடைக்குப் போயிட்டாரு. பத்துமணி வாக்குல, பாப்பாவோட கை காலு இழுத்திக்கிச்சி. பதட்டத்துல எனக்கு என்ன செய்யிறதுன்னே தெரியலக்கா. ரொம்ப பயந்திட்டேன். கையும் ஓடல, காலும் ஓடல. யாரையும் எதிர்பார்க்கலக்கா. அவசர அவசரமா ஆட்டோவுல பாப்பாவ தூக்கிப் போட்டு பக்கத்துல இருந்த இந்த ஆஸ்பத்திரில கொண்டு வந்து சேர்த்திட்டேன்.”

மகள் அஸ்வினியின் உடல்நிலையைப் பற்றி சொல்லும் போது கவலையும் பரிதவிப்புமாக ஆனந்தியின் கண்கள் அலைந்தன. குழந்தையை ஆஸ்பத்திரிக்கு தூக்கிவந்து சேர்த்ததைச் சாதனையைப் போல விவரித்தாள்.

“உன் வீட்டுக்காரரு எத்தனை மணிக்கு வந்தாரு? கடையிலதான இருந்திருப்பாரு, காசு எடுத்திட்டு வந்திருப்பார்ல. பணமே இல்லைன்னு அழுவுற அளவுக்கு என்ன பிரச்சினை? ஏன் அவரு இப்படி கல்லு மாதிரி உட்கார்ந்திருக்காரு, பாப்பாவ பார்த்தாரா? என்ன நடந்திச்சி?”

ஒரு சில வினாடிகள் அமைதியாக இருந்துவிட்டு, தயங்கித் தயங்கிக் கம்மிய குரலில் தொடர்ந்தாள். “அவர்ட்ட பணமில்லைன்னு நெனக்கிறேன்க்கா... கடையில யாவாரம் இல்ல போல, அதான் ரெண்டு நாளா ஆஸ்பத்திரிக்கு போக அவர் ஆர்வம் காட்டல. ஆனா அவருக்கு வேற ஏதோ பிரச்சினை இருக்குன்னு நெனைக்கிறேன்க்கா...” சொல்லிக் கொண்டிருக்கும் போதே வெடித்து விம்மினாள். சுற்றியிருந்தவர்கள் விநோதமாகப் பார்க்கவும் சுதாரித்து, கண்களைத் துடைத்தாள். இப்போதும் அழகுராஜ் எங்களைத் திரும்பிப் பார்க்கவில்லை. அசைவுகளற்ற உடலில் பிரக்ஞையற்று ஒரு சவம் போல இருக்கையில் அமர்ந்திருந்தார்.

“ஆட்டோவுல ஆஸ்பத்திரிக்கு வர்ர வழியிலேயே அவருக்கு போன் போட்டேன், அவர் போன் சுச் ஆஃப்னு வந்தது. அதனால, ஆட்டோ டிரைவர் அண்ணன்ட்டயே, கடைல போய் கொஞ்சம் சொல்லிடுங்கண்ணேன்னு கேட்டேன். அவரும் எங்களை இறக்கிவிட்டுட்டு, அவரைப் போய் கூட்டிக்கிட்டு வந்திட்டாரு. அதுக்குள்ள நான் இங்க பாப்பாவ பெட்ல சேர்த்து குளுகோஸ் ஏத்திக்கிட்டு இருந்தோம்.” சுவாசம் சீராக இல்லாமல் மேலும் கீழும் இழுத்து சிரமப்பட்டு விளக்கிக் கொண்டு வந்தவள், அழகுராஜை எட்டிப் பார்த்தாள். இதுவரை சொல்லிவந்த குரலின் ஒலி அளவைக் குறைத்தவள், கமறலோடு தொடர்ந்தாள்.

அந்தத் தனியார் மருத்துவமனையின் இரண்டாவது தளத்தில் குழந்தைகள் நலன் பிரிவு உள்ளது. ஒரு கட்டிலைப் போட்டு, இரண்டு பேர் மட்டும் நிற்கக்கூடிய அளவைக் கொண்ட கூண்டு அது. நடுக்கடலில் நங்கூரம் பாய்ச்சப்பட்டு அசையாமல் மிதக்கும் சின்னஞ்சிறு படகைப் போல, அகன்ற கட்டிலில் அஸ்வினி பாப்பா மல்லாக்க கிடத்தப்பட்டு பிஞ்சுக் கரங்களில் ஊசி குத்தப்பட்டு குளுகோஸ் ஏறிக் கொண்டிருந்தது. இமை மூடி, மலராத மொட்டாக அசதியில் உறங்கிக் கிடந்தாள்.

மனதில் எதையோ கணக்கு போட்டுக் கொண்டு யோசனையோடு அறைக்குள் வந்த அழகுராஜ், குழந்தையைப் பார்த்துத் துடித்துவிட்டார். திருமணமான அடுத்த ஆண்டே பிறந்த முத்துச் சீமாட்டி இவள். பிறந்ததிலிருந்து, இந்த மூன்றரை

ஆண்டுகளில் அள்ள அள்ளக் குறையாத மகிழ்ச்சியின் கிடங்காக இருந்த அஸ்வினியை, இப்படிப் பார்த்தால் மனம் தாங்குமா? தன்னுடைய கையாலாகாத்தனம் அவருடைய உள்ளத்தை அழுத்தவும் குற்றவுணர்வில் கண் கலங்கினார்.

அஸ்வினியின் நெற்றியை ஆதுரமாகத் தடவிய ஆனந்தி, "பயப்பட ஒண்ணுமில்லன்னு டாக்டர் சொல்லிட்டாங்க, காச்சல் அதிகமா இருந்ததால ஃபிட்ஸ் வந்திடுச்சாம்" எனக் கணவரைச் சமாதானம் செய்தாள். கனவில் எதையோ கண்டிருப்பாள் போல. அஸ்வினியின் முகத்தில் புன்னகை மலர்ந்து ஒளிர்ந்தது. குழந்தையின் உடல்நிலை பயப்படுமளவுக்கு மோசமில்லை என்பதைக் கேட்டு அவருக்கு மகிழ்ச்சியாக இருந்தாலும், அந்த மகிழ்ச்சியை அடித்துப் போகும் அளவுக்கு அடுத்த சிந்தனை எழுந்து, "பணத்துக்கு என்ன பண்ணினே..." எனப் பதற்றத்தோடு கேட்டார்.

"நீங்கதான் கட்டணும்..." வெடுக்கெனப் பேசியவள், "எடுத்திட்டு வரலையா? உங்க போன் என்னாச்சி? சுச் ஆஃப்னு வருது?" ஆனந்தி கேட்டதுக்குப் பதில் எதுவும் சொல்லாமல், எவ்வளவு கட்ட வேண்டுமெனக் கேட்டுக் கொண்டே, கேஷ் கவுண்டருக்கு நடந்தார். அவளும் கூடவே நடந்தாள்.

"எவ்வளவு பணம் கட்டணும்..." கேஷ் கவுண்டரில் இருந்த பெண்ணிடம் கேட்க, அந்தப் பெண், "ரூம்க்கும் ட்ரீட்மெண்ட்டுக்கும் சேர்த்து ரெண்டாயிரத்து ஐந்நூறு... கேஷ்ஷா, கார்டா, ஜிபேவா...?" கேட்டுக் கொண்டே, மொபைல் வழியாகக் கட்டணம் செலுத்த ஸ்கேன் செய்யும் *QR Code* உள்ள சிறிய அட்டையைத் தூக்கி கவுண்டர் மேல் வைத்தார்.

அந்த அட்டையைப் பார்த்த அழகுராஜின் கண் முழி இரண்டும் மேலே செருக, ஒரு மாதிரியாகக் கண்களை உருட்டினார். "சார் கேஷ்ஷா, கார்டா, ஜிபேயா..." அதிகாரத் தொனியில் திரும்பக் கேட்டவள், ஸ்கேன் செய்யும் அட்டையை அவர் முன்பு நீட்டவும், முகத்தை அருகில் கொண்டு போய்ச் சின்னச் சின்ன கறுப்பு கட்டங்களால் குழம்பிப் போய் கிடந்த *QR Code*-டை நோட்டமிட்ட அழகுராஜ், அந்த அட்டையைச் சடக்கெனப்

பிடுங்கி, கண்ணுக்குப் பக்கத்திலும் தூரத்திலும் வைத்து மாறி மாறிப் பார்த்தார்.

அவரது இயல்பற்ற செய்கைகளால் கலவரமடைந்த ஆனந்தி பயந்து விலகினாள். "அதக் கொடுங்க..." என அந்தப் பெண் கேட்கவும், அட்டையை அவள் மீது தூக்கி எறிந்துவிட்டு, ஓ...வென அலறினார். இரு கைகளாலும் தலையில் மாறி மாறி அடித்துக் கொண்டு அந்தத் தளமே அதிர்ச்சியடையும் வகையில், "மயிறு பணம்... மயிறு பணம்..." எனக் குரலெடுத்து ஒப்பாரி வைத்தார். டெலிபோன், தண்ணீர் பாட்டில், மருத்துவ பரிசோதனைகளின் ஃபைல்கள் என கவுன்டர் மேல் இருந்த பொருட்களைத் தட்டிவிட்டு, ஆங்காரமாகக் குரலெழுப்பிக் கண்ணீர்விட்டுக் கதறினார். அவரைத் தடுக்க முயன்றவர்களையும் உலுப்பிவிட்டு, தலையிலடித்துக் கொண்டு, "மயிறு பணம்... மயிறு பணம்..." என அரற்றி அந்தத் தளத்தையே அதகளம் செய்தார்.

ஆனந்தியும் அங்கிருந்தவர்களும் மருத்துவமனை ஊழியர்களும் அழகுராஜின் கரங்களைத் தடுக்க முயன்று தோற்றனர். சித்த பிரம்மை பிடித்தவர் போல தலையிலடித்துக் கொண்டே குறுக்கும் நெடுக்குமாக நடந்தார். அவராகவே அடங்கிவிடுவார் என மற்றவர்கள் ஒதுங்கி நின்றனர். உதவிக்கு யாரும் இல்லாமல் தனித்துவிடப்பட்ட ஆனந்தி, தரையில் அமர்ந்து கால்களைக் கட்டிக் கொண்டு தலை புதைத்துக் கேவினாள். அருகில் இருந்த யாரோ ஒரு பெண்மணி அவள் தலையைத் தடவித் தேற்றினாள். அவருக்கு சாமி வந்திடுச்சி எனச் சிலர் குசுகுசுத்தனர். சற்று நேரத்தில் அவரே போய் இருக்கையில் அமர்ந்தார், ஆனால் எதையோ பார்த்த அவர் அதிலிருந்து பார்வையை விலக்கவில்லை, அங்கிருந்து நகர்ந்து வேறெங்கும் செல்லவில்லை.

கணவரின் திடீர் மாற்றத்துக்கு என்ன காரணம் எனத் தெரியாமல் குழம்பிப் போயிருந்த ஆனந்தி, அந்த மிரட்சியான தருணங்களை என்னிடம் சொல்லி ஆறுதல் தேடிக் கொண்டாள். ஒரு மணி நேரத்திற்கு முன்பு நடந்த களேபரத்தை அச்சத்தோடு விவரித்த ஆனந்தி திரும்பவும் எட்டி அழகுராஜைப் பார்த்தாள். சவம் அசையவில்லை. மீண்டும் அதே கமறலுடன், "எனக்கு என்ன

செய்யுறதுன்னு தெரியலக்கா... எங்களுக்குன்னு சொந்த பந்தம்னு இங்க யாருமில்ல. அக்கம்பக்கத்து வீட்டுக்காரங்க கை உதவி பண்ணுவாங்கதான். ஆனா, பணத்துக்கு நான் எங்க போறதுன்னு தெரியலக்கா... அதான் உங்களுக்கு கால் பண்ணினேன்" நிதானமாகச் சொல்லி முடித்தாள். அப்படிச் சொல்லிக் கொண்டிருக்கும் போது, அழகுராஜ் அட்டையை எறிந்ததால் முகத்தில் காயமடைந்த பெண், ஆனந்தியை முறைத்துக் கொண்டே நகர்ந்தாள். அவளின் எரிக்கும் பார்வையை எதிர் கொள்ள கூச்சப்பட்டு ஆனந்தி தலைகுனிந்தாள்.

"மேடம், QR Code-டைப் பார்த்தா சாமி வருமா?" முகத்தில் ஒருவித பக்தி பரவசத்தோடு என்னிடம் கேட்டார் சரவணன். அவரை முறைத்துப் பார்த்தேன். தயக்கம் குறைந்து தைரியத்தை வரவழைத்துக் கொண்டு அழகுராஜ் அருகில் செல்ல முயன்ற போது ஆனந்தி என்னைத் தடுத்தாள். "வேணாம்க்கா... ஏதோ சாமி வந்திருக்கோ, பேய் பிசாசு பிடிச்சிருக்கோ தெரியல. நீங்க அவர்கிட்ட போக வேணாம், அவர் பார்வையே சரியில்ல. பாப்பாவ பார்த்தார்னா சரியாயிடுவார்னு நெனக்கிறேன். கொஞ்ச நேரத்துல அவராவே பாப்பாவ பார்க்க வரும்போது நார்மலாயிடுவார்க்கா..." பயத்தில் அவள் சொன்னாலும் அழகுராஜை அப்படியே விட்டுச்செல்ல எனக்கு மனம் வரவில்லை.

எங்கள் தொலைக்காட்சி அலுவலகத்தை ஒட்டிய சந்தில் அழகுராஜ் டீ கடை நடத்திவந்தார். வெள்ளந்தி என்ற சொல்லுக்கு அழகுராஜ் எனப் பொருள் கொள்ளலாம். பழக்கவழக்கத்தில் எளிமை. செவத்த தோலோடு நல்ல களையான முகமும் ஓங்கு தாங்கான உடல்வாகும் முரட்டு மீசையும் பெயருக்கு ஏற்றபடி ஆள் பயங்கர அழகாக இருப்பார். படித்த, நாட்டு நடப்பு தெரிந்த நபர் சொந்தமாக டீ கடை நடத்திப் பிழைப்பு நடத்துகிறார் என்ற எண்ணமே அவரைப் பார்த்தால் ஏற்படும். அப்படி நினைப்பு ஏற்பட உடனடி காரணம், சிநேக பாவத்தோடு நீண்டநாள் பழகியவர் போல ஆயத்தமாக வைத்திருந்து அவர் உதிர்க்கும் அந்தச் சிரிப்புதான்.

ஆனால், அவர் பேசத் தொடங்கினால், ஆள் கிராமத்தான், இங்க வந்து டீ கடை நடத்துறான் என்பதை யாரும்

கண்டுபிடித்துவிடுவர். அவருடைய பேச்சு மட்டும் அட்சர சுத்தமாக இருக்காது. கேட்பவர்களுக்குப் புரியாத ஒலியில் கடகடவென பேசுவார். படிக்கவில்லை என்ற இயலாமையை மறைக்கவே அப்படி அடித்துப்பிடித்துப் பேசுவதாக எனக்குத் தோன்றியது. கால்குலேட்டர் வைத்துத்தான் கணக்குப் பார்த்து கஸ்டமரிடம் பணத்தை வாங்கி கல்லாவில் போடுவார். நாமே ஒரு கணக்கைப் போட்டுச் சொல்லிக் குறைவாகப் பணத்தைக் கொடுத்து ஏமாற்றினால்கூட அவரால் கண்டுபிடிக்க முடியாது. அந்தளவுக்கு மந்தம். ஆனால், அவரைப் பார்க்கும் யாரும் அப்படி இலகுவில் எடை போட்டுவிட முடியாத தோற்றம் வாய்க்கப்பெற்றவராக இருந்தார்.

அவரே டீ மாஸ்டர் வேலையையும் பார்த்துவிடுவார். அவர் டீ போடும் விதமும் டீயும் சொல்லிக் கொள்வது மாதிரி இருக்காது. கொஞ்சம் கொன்னல்தான். இவருக்கு நேர்மாறாக ஆனந்தி. அழகும் கிடையாது, களையும் கிடையாது, இவருக்கு இவ பொண்டாட்டியா என ஆச்சரியம் அடையாதவர்கள் இருக்க முடியாது. படிப்பில் கெட்டிக்காரியான ஆனந்தி, வீட்டு வேலைகளை முடித்துவிட்டு குழந்தை அஸ்வினியைத் தூக்கிக் கொண்டு கடைக்கு வந்துவிடுவார். கல்லாவைப் பார்த்துக் கொள்வதும், சரக்கு கொண்டுவந்து போடுபவர்களிடம் கணக்கு வழக்கு பார்ப்பதும் அவள்தான். ராகம் போல இழுத்து, அவள் பேசும் மதுரைப் பேச்சு, சொந்த ஊரில் இருப்பதைப் போன்ற உணர்வை எனக்குத் தரும்.

தினம் இரண்டு தடவை அழகுராஜ் டீ கடைக்கு நாங்கள் சுற்றுலா போவோம். டீ, சிகரெட், முறுக்கு என ஆளாளுக்குத் தேவைக்குத் தின்றுவிட்டு ஆனந்தியிடம் கணக்கு வைத்துக் கொள்வோம். எங்களுக்குத் தேவையான உணவுப் பதார்த்தங்களைப் பார்த்துப் பார்த்துக் கடையில் வாங்கி வைப்பதில் அழகுராஜ் ஆர்வம் காட்டுவார். பிரேக்கிங், லைவ் என செய்திக்கு பின்னாலேயே ஓடிக் கொண்டு காலத்தைத் தள்ளும் எங்களுக்குக் கொஞ்ச நேரம் ஆசுவாசம் கொள்ளும் குடில் அழகுராஜ் டீ கடைதான். டீயும் சிகரெட்டும் மட்டும் கிடையாது, பாப்பா அஸ்வினியின் அட்டகாசங்களும் அழிச்சாட்டியங்களும் ஆணவப் பேச்சுக்களும்தான் எங்களின் அழுத்தத்தைக் குறைக்கும் ஒரே பொழுதுபோக்கு.

"ஷின்சான் உங்க டிவிலதான் இருக்கானா ஆன்ட்டி?" ஒருமுறை அஸ்வினி கேட்கவும், இல்லை என்று ஒரு வார்த்தையில் பதில் சொல்லி, அவளை ஏமாற்ற எனக்குத் தைரியமில்லை. தொலைக்காட்சியில் ஒளிபரப்பாகும் குழந்தைகளுக்கான கார்ட்டூன் தொடரில் வரும் கற்பனைக் காத்திபாத்திரம் ஷின்சான். உண்மையைச் சொல்லி அந்தப் பச்சக் குழந்தையை நம்பவைக்க முடியும் என்றும் எனக்கு நம்பிக்கையில்லை.

"இப்ப அவன் இங்க இருக்கானா, அவங்க அப்பா ஹேரி, அம்மா மிட்ஷி, நாய் ஷீரோ-வோட வெளிய போயிருக்கானான்னு தெரியலலையே பாப்பா..." அந்தத் தொலைக்காட்சி தொடரில் வரும் மற்ற கதாபாத்திரங்களின் பெயர்களோடு பதில் சொல்லி, அவளை நம்பவைக்க முயன்றேன். "அப்ப எப்ப வருவான் ஆன்ட்டி? வாம்மா போய் ஷின்சான பார்த்திட்டு வரலாம்..." சொல்லிக் கொண்டே ஆனந்தியின் மடியில் இருந்து இறங்கி, கடைக்கு வெளியே வந்து என்னோடு ஒட்டிக் கொண்டாள். அவளை இதற்கு மேல் ஏமாற்ற முடியாது என்பதால், நாங்கள் வேலை செய்யும் டிவி சேனலுக்கு அஸ்வினி பாப்பாவையும் ஆனந்தியையும் அழைத்துக் கொண்டு போய், ஸ்டூடியோவை சுற்றிக் காட்டினேன். செய்தி வாசிப்பவரையும், அவரே டிவியில் தெரிவதையும் நேரடியாகப் பார்த்த அஸ்வினி, "ஆன்ட்டி, நீங்க என்ன ஏமாத்திட்டீங்க. இங்க ஷின்சான் இல்ல, அவன் வேற எங்கயோ இருக்கான், எங்கப்பாட்ட சொல்லி ஷின்சானை நாளைக்கு நாங்க பாப்போமே..." வலது கை ஆட்காட்டி விரலை மடக்கியும், கீழ் வரிசை பற்களுக்கு மேலாக கீழுதட்டை மடித்து நாக்கை உதட்டோடு அடித்து ஒலி எழுப்பியும் வலுப்பம் காட்டினாள்.

குடும்பத்தில் ஒருத்தியைப் போல பழகியதால், போனில் ஆனந்தியின் அழுகுரலைக் கேட்கப் பொறுக்காமல் ஆஸ்பத்திரிக்கு ஓடிவந்தேன். அலுவலகத்துக்குத் திரும்ப வேண்டும், நேரமாகிக் கொண்டிருந்தது. உடைந்து நொறுங்கி மனக் கலக்கத்தோடு கிடக்கும் அழகுராஜை அப்படியே விட்டுச்செல்ல மனமில்லை. ஆனந்தி மற்றவர்களோடு பேசிக் கொண்டிருந்த தருணத்தில் அவளுக்குத் தெரியாமல் நழுவி அழகுராஜ் பக்கத்தில் அமர்ந்தேன். அவர் என்னை எதுவும் செய்யவில்லை, ஆனால் மூசுமூசுவென்று மூச்சுவிட்டுக் கொண்டிருந்தார்.

பயப்பட வேண்டியதில்லை, சேர்ல வந்து உட்காருங்க என்பது போல நின்று கொண்டிருந்தவர்களை அங்கிருந்து சைகையால் அழைத்தேன். ஏதோ நான் சாதித்துவிட்டதைப் போல அவர்களைப் பார்க்க, அவர்களோ என்னை ஆபத்தில் சிக்கியவளைப் போல பரிதாபமாகப் பார்த்தனர்.

மெதுவாக அழகுராஜின் கையின் மேல் என் கையை வைத்தேன். ஸ்பரிசத்தை உணர்ந்து அதிர்ந்தார். சட்டென நினைவு திரும்பியவராகத் தலையைக் குனிந்து அசைந்து, மெதுவாக என்னை திரும்பிப் பார்த்தார். அவர் கண்களில் கண்ணீர் முட்டி நின்றது. என் இமைகளை மூடி தலையை அசைத்து, கையை மேலும் அழுத்தவும், கண்களைத் துடைத்துக் கொண்டு உயிர் கொண்டு இயல்பு நிலைக்கு வந்தார். சற்று நேரத்துக்கு முந்தைய அவரது நடவடிக்கைகள் குறித்துக் கேட்டு அவரைச் சங்கடப்படுத்த விரும்பாமல், போன் சுவிட்ச் ஆஃப்னு வருது, என்னாச்சிங்கன்னு கேட்டேன். நெஞ்சை நிமிர்த்துப் பெருமூச்சுவிட்டவர், முகத்தை இரு கைகளாலும் மூடி அமைதியானார். அவரே பேச்சைத் தொடங்கட்டும் என விட்டுவிட்டேன்.

“நேத்து காலையில கடைக்கு சைக்கிள்ல வரும் போது, போன் எங்கயோ விழுந்திருச்சி மேடம். பக்கத்து கடைக்காரங்கள்ட்ட போன் வாங்கி என் நம்பருக்கு போட்டுப் பார்த்தேன், பெல் அடிச்சது, யாரும் எடுக்கல. கொஞ்ச நேரத்துக்கப்புறம் சுச் ஆப்னு வந்திச்சி மேடம். அதோட போலீஸ் ஸ்டேசனுக்கு போய்ச் சொன்னேன். எழுதிக் கொடுத்திட்டுப் போகச் சொன்னாங்க.” அழகுராஜ் மெதுவாகப் பேசப் பேச, நின்று கொண்டிருந்தவர்கள் இருக்கைகளில் வந்து அமரத் தொடங்கினர். அந்தச் சலசலப்பைப் பார்த்ததும், ஆனந்தி பயத்தை வெளிக்காட்டிக் கொள்ளாமல் தயங்கித் தயங்கி, கணவரின் அருகில் வந்தாள். சரவணனும் என் அருகில் வந்தமர்ந்தார்.

“சரி போன் தொலைஞ்சது இருக்கட்டும், ஹாஸ்பிடல்ல பாப்பாவ சேர்த்திருக்கிறதா ஆட்டோ டிரைவர் வந்து சொன்னதும், கடையில இருந்து பணத்தை எடுத்துட்டு வந்து கட்டிருக்கலாம்ல?”

“இருந்தா எடுத்திட்டு வந்திருக்க மாட்டேனா மேடம்?” சொல்லிக் கொண்டே விரக்தியின் வெளிப்பாடாக இருக்கையின்

கை வைக்கும் பகுதியில் ஓங்கிக் குத்தினார். "கொஞ்சம் பணம் இருந்திச்சி. காலையில கடைக்குப் போனதும் இருந்த காசுல சரக்கு வாங்கிப் போட்டுட்டு, இன்னிக்கு யாவாரத்துக்குத் தேவையான அளவுக்குப் பால் வாங்கவுமே அது சரியா இருந்திச்சி. பின்ன பணத்துக்கு நான் எங்க போறது...?"

"ஏங்க, நாங்க டெய்லி வந்து ஜிபேல பணம் போடுறோம்ல. அந்தப் பணம்லாம் உங்க அக்கவுண்ட்ல இருந்திருக்குமே. அதுலேர்ந்து ஹாஸ்பிடல்ல கட்டியிருக்கலாம்ல..."

"ஆமா மேடம் கட்டியிருக்கலாம். அதான் போன் காணாமப் போயிடுச்சே. போன் காணாமப் போனா என்ன ஏடிஎம் கார்டு வச்சிருப்பீங்கல்லன்னு நீங்க கேப்பீங்க. அந்த போன் கவர்லதான் ஏடிஎம் கார்டும் வச்சிருந்தேன். எல்லாம் போச்சி. ஜிபே, ஜிபேன்னு போடுற பணம்லாம் வேஸ்ட் மேடம்..." மடமடவெனப் பேசிக் கொண்டு எதையோ சொல்ல வந்தவர், சொல்லாமல் நிறுத்தினார்.

"நான் கட்டிட்டேன். நீங்க கவலப்படாதீங்க. அஸ்வினிக்கு ஒண்ணுமில்ல, சாதாரண காய்ச்சல்தான், காய்ச்சல் அதிகமானதுனால, ஃபிட்ஸ் வந்திருக்கு, அவ்வளவுதான்..." நான் சொன்னதைக் கேட்டு பித்துப் பார்வை நீங்கிக் கண்களில் தெளிச்சு வந்து, ஆனந்தியைப் பார்த்தார். "ஜீபேக்கு யாவாரம் பண்றத நிறுத்தப் போறேன் மேடம்... நீங்க என்ன சொல்றீங்க மேடம்..." ஆலோசனை பெறும் நோக்கில் என்னிடம் கேட்டார்.

"ஏங்க... என்னாச்சி? போன் காணாப் போனதால இந்த முடிவுக்கு வந்திட்டீங்களா? போன் ஒண்ணு புதுசா வாங்கிட வேண்டியதானே. இப்பவுலாம் ஜீபே இல்லாம பிசினஸ் பண்ண முடியுமா? உங்க கடைக்கு வர்ர எல்லா கஸ்டமரும் ஜீபேலதான பணம் போடுறாங்க..."

"ஏன் மேடம், உங்கள்ட்ட பணமே கெடையாதா? பஸ்ல டிக்கெட் எடுக்க ஜீபேயா காட்டுறீங்க? என் கடைக்கு வந்தா மட்டும் ஜீபேல போடுறீங்களே என்ன மேடம் நாயம்...?" சற்று முன்பு பைத்தியக்காரனைப் போல உட்கார்ந்திருந்த அழகுராஜாவா, இவ்வளவு உணர்வுப்பூர்வமாகப் பேசுறார் என ஆச்சரியமாக இருந்தது.

“பஸ்ல அந்த சிஸ்டம் இருந்தா அங்கயும் ஜிபே பண்ணுவேங்க. ட்ரெயின்ல ஜீபேலதான் டிக்கெட் எடுக்குறேன். நான்னு இல்ல, இன்னிக்குப் பெரும்பாலனாவங்க ஜீபேதான் யூஸ் பண்ணுறாங்க. ஜீபே இல்லாம பிஸினஸ் பண்ணினா கடைக்காரங்களுக்குத்தான் நஷ்டம்...”

“ஜீபே வச்சிருந்தாலும் நஷ்டதாங்க. கைல காச வச்சிக்கிட்டுக் கடைக்குப் போற பழக்கம் இல்லாமப் போச்சிங்க. எல்லாத்தையும் போன்லயே முடிச்சிடுறீங்க. ஆனா யாவாரிகளப் பத்தி நெனச்சி பார்க்குறீங்களான்னு தெரியல. நீங்க ஜீபே பண்ற காச நாங்க ஒடனே எடுக்க முடியாது. அடுத்த நாள்தான் எங்க அக்கவுண்ட்டுக்கு வரும். என்னைய மாதிரி டீ கட, பொட்டி கட, டிஃபன் கட, தள்ளு வண்டில யாவாரம் பண்ணுறவங்கல்லாம் அன்னாடம் காசப் பார்த்தாத்தான் எங்களுக்குச் சரக்கு தர்ரவங்களுக்கு நாங்க காசு கொடுக்க முடியும். அதுவும் எங்கள மாதிரி சின்ன யாவாரிங்களுக்குச் சரக்கு போடுற யாவாரிங்கல்லாம் ஜீபேல பணம் வாங்க மாட்டாங்க, ரொக்கப் பணமாத்தான் கேப்பாங்க. பணம் கொடுத்துத்தான் நான் சரக்கு வாங்குறேன். ஆனா, பெரிய கடைங்களுக்குச் சரக்கு போடும் போது இதே யாவாரிங்க ஜீபேல பணம் வாங்கத்தான் செய்யுறாங்க. பெரிய கடைகள நம்பித்தான் அவங்க யாவாரம் ஓடுது. அவங்கள நம்பி எங்கள மாதிரி சின்ன யாவாரம் ஓடுது. அதனால அவங்க கேட்குற மாதிரி ரொக்கப் பணத்த கொடுத்துச் சரக்கு வாங்க வேண்டியதா இருக்கு. அவங்களுக்கும் ரொக்கமா பணம் கொடுத்து வாங்க வேண்டிய தேவை இருக்கும் போல, நான் ரொக்கமாவே கொடுத்திடுறேன். அதனாலதான் ஜீபே இருந்தாக்கூட, கைல பணமா இருந்தா கொடுத்திடுங்கண்ணு கஸ்டமர்ட்ட கேட்டு வாங்குறேன் மேடம்...”

“ஓஹோ... இதுல இவ்வளவு சிக்கல் இருக்கா. டீ கடைக்கு டீ குடிக்க சிகரெட் அடிக்க வர்ர எங்களுக்கு இந்தப் பிரச்சினைலாம் தெரியாதுல்ல...”

“இது மட்டும் இல்ல மேடம்... நீங்க ஜீபேல பணம் போடுறீங்கல்ல. அத செக் பண்றதுக்கு, ஒரு மெசின் வாங்கி வச்சிருக்கேன்ல சவுண்ட் பாக்ஸ், அத கம்பெனிகாரன் சும்மா தர மாட்டான். பணம் கட்டணும். அதுவுமில்லாம, அதுக்கு

தனியா ரீசார்ஜ் பண்ற மாதிரி மாசா மாசம் நூத்தி இருவத்தஞ்சி ரூவா கட்டணும். இவ்வளவு சிக்கல் இருக்கு மேடம் இதுல. ஆத்தற அவசரத்துக்கு நம்ம பணம் நம்ம கைல இருக்காது. அடுத்த நாள்தான் கெடக்கிம். யாவாரிங்களுக்கு ரொக்கமா கொடுக்கணும்னா, கல்லாவுல காசு இல்லன்னா ஏடிஎம்க்கு ஓடணும். ஏடிஎம்லயும் குறிப்பிட்ட தவணைக்குத்தான் பணம் எடுக்க முடியும், அதத் தாண்டுனா அதுக்கும் பணம் பிடிச்சிடுவாங்க. அப்படி பணம் பிடிக்காம இருக்கணும்னா நான் பேங்குல போய்தான் பணம் எடுக்கணும். நான் இங்க பட்டறைல நின்னு டீ ஆத்துவேனா பேங்குல போய் வரிசைல நின்னு பணம் எடுப்பனா? சொல்லுங்க. நீங்க ஈஸியா ஸ்கேன் பண்ணிட்டுப் போயிடுறீங்க. அதனாலதான் அஸ்வினிக்கு முடியாம போனவுடனே, போனும் காணாம போயிருச்சா, அத நெனச்சி நெனச்சி எனக்குப் பைத்தியமே பிடிச்சிருச்சி. ஆஸ்பத்திரில கட்டுற அளவுக்கு என் அக்கவுண்ட்ல பணம் இருந்திச்சி மேடம், ஆனா அவசரத்துக்கு அந்தப் பணத்த எடுக்க முடியலயே... வெசனத்துல என்ன செய்யுறதின்னே தெரியல, அந்தக் கோவத்துலயே ஆஸ்பத்திருக்கு வந்தேனா, நான் பிரயாசப்பட்டு வளர்க்குற புள்ளைக்கு நோய்க்குப் பார்க்க கைல காசில்லாத கபோதியாயிட்டேனேனு பயங்கர கோவம் வந்திடுச்சி மேடம். கொச கொசன்னு இருக்குற கறுப்பு கறுப்பா சின்ன சின்ன கட்டமா இருக்குற ஸ்கேன் பண்ற அந்தப் படத்த பார்க்க பார்க்க வெறுப்பா இருந்திச்சி. ஒரு கட்டத்துல ஸ்கேன் பண்ற அந்த அட்டைய பாத்ததும், எனக்கே என்ன ஏதுன்னு தெரியாம மூளை கொளம்பிடுச்சி. அதான் கொஞ்ச நேரத்துல புத்தி பேதலிச்சி அப்படி நடந்துக்கிட்டேன்...”

அழகுராஜின் கண்கள் பனித்தன. இவ்வளவு பேர் மத்தியில், அநாகரிகமாக நடந்து கொண்டது பற்றி அவர் வருத்தப்படவில்லை, வேதனைப்படவில்லை. மாறாக அந்த நிலைக்குத் தன்னைத் தள்ளிய மனவலியை யாரிடமாவது இறக்கிவைத்துவிட வேண்டும் என்ற ஏக்கமே அவருடைய பேச்சில் தொனித்தது. சொத சொதவெனப் பேசுபவரிடமிருந்து முதன்முறையாகத் தெளிவான சொற்களைக் கேட்க முடிந்தது. சுயபச்சாதாபம் சொற்களில் தெளிவைக் கொண்டு வந்திருந்தது. எல்லாருக்குமே ஏதாவது பிரச்சினை நெருக்கும் போது, மனம் பிசகித்தான் போய்விடுகிறோம். அதிலிருந்து விடுபட்டுத்

திரும்பியவர்கள், சுகவாசியாக திரிகிறார்கள். பிசகிய மனம் திரும்பவில்லை என்றால் பைத்தியமாகிப் போகிறார்கள்.

“இன்னொரு விஷயம் சொல்ல மறந்திட்டேன் மேடம். என்ட்ட பட்டன் போன்தான் இருந்திச்சி. அதனால ஜிபே பண்ண முடியாதுங்கன்னு கஸ்டமர்ட்ட சொல்லிடுவேன். உங்கள மாதிரி ஃப்ரெண்ட்ஸ்கூட வந்தா யாரவது பணம் வச்சிருப்பாங்க, அவங்க கொடுத்திடுவாங்க. ஆனா, சில பேர்ட்ட காசே இருக்காது. அவங்க எதுவும் வாங்காம அடுத்த கடைக்குப் போயிடுவாங்க. அதனால வட்டிக்குக் கடன் வாங்கி எட்டாயிரம் ரூவாய்க்கு டச்சு போனு வாங்குனேன். இப்ப அதுவும் காணாமப் போச்சி. திரும்ப பழைய பட்டன் போனத்தான் எடுக்கணும். பழைய மாதிரி யாவரத்த மாத்திடணும். இந்த ஜீபே, போன்பே யாவரம்லாம் நமக்குச் சரிப்பட்டு வராது மேடம்...” ஆதங்கத்தைக் கொட்டித் தீர்த்துவிட்டுத் தலைகுனிந்து அமைதியானார். ஆனந்தி அவர் தலையைத் தடவி ஆற்றுப்படுத்தினாள்.

அருகிலிருந்த சப் எடிட்டர் சரவணன் இரக்கத்தோடு, “அழகு சார் இவ்வளவு கஷ்டம் இருக்கா இதுல? இது தெரியாம நாங்க ஈஸியா ஸ்கேன் பண்ணி பே பண்ணிட்டு வந்துடறோம், இதை ஒரு நல்ல ஸ்டோரியா பண்ணணும் மேடம். ரொக்கப் பணத்தைத் தேவையான இடங்கல்ல பயன்படுத்துற அவசியத்த மக்களுக்கு உணர்த்தணும் மேடம். டிஜிட்டல் இந்தியாவ மாற எவ்வளவு விலை கொடுக்க வேண்டியிருக்குங்கிறதயும், சின்னச் சின்ன வியாபாரிகள் படுற கஷ்டத்தையும் உருக்கமா எழுதணும் மேடம்...” என்றார்.

அலுவலகத்துக்குத் திரும்பியதும், மொபைல் போன் மூலம் கட்டணம் செலுத்துவதற்கென உள்ள நிறுவனங்களிடம் பேசித் தகவல்களைத் திரட்டி, ஸ்டோரியை நானே எழுதினேன்.

ANCHOR LEAD

உலக அளவில், டிஜிட்டல் பரிவர்த்தனையில் இந்தியா முதலிடம் வகிக்கிறது. தாள்களற்ற பணப் பறிமாற்றத்தில் விரைவில் நூறு சதவீதத்தைத் தொட உள்ள நிலையில் கேஷ்லெஸ் இந்தியாவை அடைய விலை எதுவும்

கொடுக்கப்பட்டதா என்பதை விளக்குகிறது இந்தச் சிறப்பு செய்தித் தொகுப்பு.

VOICE OVER

இந்தியாவில் 46% டிஜிட்டல் முறையில் பணப் பரிவர்த்தைனை நடைபெற்றிருப்பதாக மத்திய அரசாங்கம் தெரிவித்துள்ளது. 8 கோடியே 95 லட்சம் டிஜிட்டல் பரிவர்த்தனைகள் நடைபெற்றுள்ளதாகவும், இது சர்வதேச அளவில் முதலிடம் என்றும் மத்திய மின்னணுவியல் மற்றும் தகவல் தொழில்நுட்ப அமைச்சகம் குறிப்பிட்டுள்ளது. டிஜிட்டல் பரிவர்த்தைனையில் பிரேசில், சீனா, தாய்லாந்து, தென்கொரியா ஆகிய நாடுகள் அடுத்தடுத்த இடங்களில் உள்ளன.

(SOUNDBITE 1: டிஜிட்டல் பரிவர்த்தனைக்கு ஆதரவான பேட்டி)

கடந்த 9 ஆண்டுகளில் இந்த வளர்ச்சியை எட்டியுள்ளதாகவும், அடுத்தடுத்த இடங்களில் உள்ள நான்கு நாடுகளின் ஒட்டுமொத்த பரிவர்த்தனைகளைவிடவும் இந்தியாவில் டிஜிட்டல் பரிவர்த்தனை அதிகம் என்றும் மத்திய அரசு பெருமிதம் தெரிவித்துள்ளது. டிஜிட்டல் மயத்துக்கு எதிரான நிலைப்பாடு கொண்டவர்கள், கடந்த 9 ஆண்டுகளில் சைபர் நிதிக் குற்றங்கள் அதிகரித்திருப்பதைச் சுட்டிக்காட்டி, டிஜிட்டல் பரிவர்த்தனையைப் பற்றி பெருமைப்பட்டுக் கொள்வதில் அர்த்தமில்லை என எதிர் கருத்து தெரிவிக்கின்றனர்.

(SOUNDBITE 2: டிஜிட்டல் பரிவர்த்தனைக்கு எதிரானவர் பேட்டி)

டிஜிட்டல் பரிவர்த்தனைக்கு ஒருபுறம் எதிர்ப்பு இருந்தாலும், ரொக்கப் பணத்துக்குப் பதிலாக டிஜிட்டல் தொழில்நுட்பத்தைப் பயன்படுத்துவதில் இந்தியர்கள் ஆர்வம் காட்டி வருகின்றனர். டிஜிட்டல் வழியாகப் பணம் செலுத்துவது வாடிக்கையாளர்களுக்கு மிகமிக இலகுவாக இருந்தாலும், அதற்கு ஒரு விலையைக் கொடுக்க வேண்டியிருப்பதாக வியாபாரிகள் கவலை தெரிவிக்கின்றனர். ஆண்ட்ராய்ட் போன் தேவைப்படுகிறது என்பதோடு,

வாடிக்கையாளர் செலுத்தும் பணத்தைக் குரல் வழி அறிந்து கொள்வதற்கு நிறுவப்படும் Sound Box-ற்கு கட்டணம் செலுத்த வேண்டும்.

(SOUNDBITE 3: சிறு வணிகர் பேட்டி)

பண்டமாற்று முறையிலிருந்து UPI வரை, காலந்தோறும் பணப் பரிமாற்றத்தில் மாற்றங்கள் ஏற்பட்டுக் கொண்டே வந்திருக்கின்றன. ஆனால் எந்தக் காலத்திலும் அதற்கு ஒரு விலையை வியாபாரிகள் கொடுத்ததில்லை. தற்போது டிஜிட்டல் பரிவர்த்தனைக்காக Sound Box மற்றும் அதற்கான மாதாந்திர ரீசார்ஜ் என ஒரு தொகையைச் செலவழிக்க வேண்டிய நிர்ப்பந்தம் வியாபாரிகளுக்கு ஏற்பட்டுள்ளது.

(SOUNDBITE 4: ஓய்வுபெற்ற RBI அதிகாரி பேட்டி)

பணம் அச்சடிக்கும் செலவிலிருந்து விடுபடுவதற்காக, கேஷ்லெஸ் பரிவர்த்தனைகளை ஊக்குவிப்பதாக அரசு சொல்கிறது. ஆனால், கிரெடிட் மற்றும் டெபிட் கார்டுகளின் வாயிலாகவும் UPI பரிவர்த்தனைகளின் மூலமும் மறைமுகமாக ஒரு சில தனியார் நிறுவனங்கள் சம்பாதிக்கவே இந்த ஏற்பாடு என வல்லுநர்கள் சந்தேகம் தெரிவிக்கின்றனர். அமெரிக்கா, சீனாவுக்கு அடுத்தபடியாக 3 ஆவது பெரிய பொருளாதார நாடாக விளங்கக்கூடிய ஜெர்மனியில், டிஜிட்டல் பரிவர்த்தனைக்குக் கடும் எதிர்ப்பு உள்ளது குறிப்பிடத்தக்கது. பணத்தை ஒழிக்கும் யோசனை அருவருப்பானது என ஜெர்மனி குடிமக்கள் கருதுகின்றனர்.

Pro People TV-க்காக பொறுப்பாசிரியர் கயல்விழி ராமசாமி.

ஸ்கிரிப்ட்டை ரெடி பண்ணியதும் சரவணனை அழைத்தேன். குரல் கணீர்னு இருக்குற வாய்ஸ் ஓவர் ஆர்ட்டிஸ்ட் வாய்ஸ் கொடுக்கட்டும். வாய்ஸ் ஓவரில் இருக்கக்கூடிய முதல் பத்திக்கு அரசின் ட்விட்டரை கட்டாயமாக விசுவலாகக் காட்ட வேண்டும். Sound Box, கடைகளில் கஸ்டமர் ஸ்கேன் செய்வது, வியாபாரிகள் சரக்கு போடுவதும் போட்ட பின் கடைக்காரர்களிடமிருந்து ரொக்கப் பணமாகப் பெற்றுக் கொள்வது போன்ற காட்சிகளை ஒளிப்பதிவு செய்யச் சொன்னேன்.

“சரவணா இந்த ஸ்டோரில, ஒண்ணாவது பேட்டி டிஜிட்டல் பயன்பாட்டை ஆதரிச்சும், ரெண்டாவது பேட்டி சைபர் க்ரைம்ல பணத்தை இழந்த வழக்கு பத்தியும் இருக்கணும். மூணாவது பேட்டி கொஞ்சம் டீட்டெய்லா இருக்கணும். சவுண்ட் பாக்ஸ், அதுக்கான ரீசார்ஜ் பிளான்கள், பணத்தை உடனே எடுக்க முடியுமா? சரக்கு போடுற யாவாரிங்க ரொக்கப் பணமா கேட்குறது - இது எல்லாத்தையும் அந்தப் பேட்டில தெளிவா சொல்லணும். அந்த மாதிரி ஆளா, நல்லா பேசுற கடைக்காரரப் பாத்து அந்தப் பேட்டி எடுக்கணும். கடைசி பேட்டிக்கு, ரிசர்வ் பேங்குல இப்ப வேலை செஞ்சிக்கிட்டு இருக்குற அதிகாரிங்க யாரும் வாய தொறக்க மாட்டாங்க, அதனால ரிட்டயர்டான ஆளு யாருட்டயாவது பேட்டி எடுங்க. அந்த மேட்டரை சாதாரண மக்களுக்குப் புரியிற மாதிரி எளிமையா அவர சொல்லச் சொல்லுங்க. பேட்டி எடுக்கப் போற ரிப்போர்ட்ர்ட்ட இதையெல்லாம் தெளிவா சொல்லி அனுப்புங்க. இன்னிக்கு நைட் எட்டு மணிக்கு பிரைம் டைம்ல இந்த ஸ்டோரி டெலிகாஸ்ட் ஆகணும், சரியா...”

“ஓகே மேம்... மேம் ஒரு சின்ன சஜ்ஜஸன். இந்த ஸ்டோரில மனச உருக்குற மாதிரி நம்ம டீ கடை ஓனர் அழகுராஜ் சம்பவத்த சேர்த்துக்கலாமா? நாம பகுமானமா போனை எடுத்து, அப்படியே ஸ்டைலா ஸ்கேன் பண்ணிக் கடைக்காரர்களுக்குக் காசு கொடுத்துட்டு வந்துடுறோம். ஆனா அதுக்குப் பின்னாடி இப்படி ஒரு சோகம் இருக்குதுன்னு செண்டிமென்ட்டா டச்சிங்கா ஸ்டோரிய முடிக்கலாம் மேம்...” ஸ்டோரியை மெருகேற்ற ஆலோசனை சொன்ன உற்சாகம் அவர் கண்களில் வெளிப்பட்டது.

“அடுத்தவன் சோகத்துல ஆதாயம் தேடுறதுல என்னய்யா உனக்குச் சொகம்? அதுவுமில்லாம நாம என்ன ஆன்மிக மடமா நடத்துறோம், ஒழுக்க போதனை செய்யுறதுக்கு? டிவி சேனல்லதான வேல பாக்குறோம். மக்களுக்கு அறிவுறுத்துனா போதும், எது நல்லது, எது கெட்டது, எங்க பணத்தை யூஸ் பண்ணனும், எங்க டிஜிட்டல பயன்படுத்தனும்னு அவங்க பாத்துப்பாங்க...” அவர் முகத்தைப் பார்க்காமல் கம்ப்யூட்டருக்குள் தலையை நுழைக்கவும் சரவணன் நகர்ந்தார்.

மாலை நேரத்தில் டீ குடிக்க போக வழக்கம் போல அழகுராஜ் கடைக்குப் போனோம், ஆனால் அவர் கடையைத் திறக்கவில்லை.

ஹாஸ்பிடலில் இருப்பார் என நினைத்துக் கொண்டு அடுத்த கடைக்குச் சென்றோம். அப்போது ஆனந்தியிடமிருந்து போன் வந்தது. இரவு 8 மணிக்கு மேல் டிஸ்சார்ஜ் செய்வதாகத் தெரிவித்தாள். வேலைவிட்டு வீட்டுக்குப் போகும் போது வந்து பாப்பாவ பார்ப்பதாகச் சொன்னேன்.

நான் ஹாஸ்பிடலுக்குள் நுழையவும் வீட்டுக்குப் போக அவர்கள் தயாராகிக் கொண்டிருந்தனர். "அஸ்வினி எப்டி இருக்க? ஊசி போட்டாங்களா?" குனிந்து அவளது ஃப்ராக்கை சரி செய்துவிட்டுக் கொஞ்சல் மொழியில் கேட்கவும், அவளுக்கு அழுகை வந்துவிட்டது. "ஆன்ட்டி, இந்த ஆனந்திதான் இங்க கொண்டாந்திச்சி. எனக்கு ஒண்ணுமே இல்ல. கையில குண்டில ஊசி போட்டுப் பயங்கரமா வலிக்குது, அந்த ஊசியெல்லாம் இவளுக்குப் போட்டாத்தான் இவ அடங்குவா ஆன்ட்டி..." பச்சரிசி பல் தெரிய, குளூகோஸ் ஏற்றிய புறங்கைத் தடங்களோடு பறட்டைத் தலையைச் சொறிந்து கொண்டே அந்த இடத்தை வெளிச்சமாக்கினாள். அவள் தலையைச் செல்லமாகத் தட்டினாள் ஆனந்தி.

போகும்போது ஓர் ஆண்ட்ராய்ட் போன் வாங்கிக் கொண்டு போனேன். "வச்சிக்கோங்க..." அழகுராஜிடம் அதை நீட்டினேன். மரியாதையோடு அதை வாங்க மறுத்துவிட்டார். "காலையில ஆஸ்பத்திரிக்கு நீங்க கட்டுன பணத்தையே எப்படி அடைக்குறதுன்னு நான் யோசிச்சிக்கிட்டிருக்கேன் மேடம்... இதுல இத வாங்குனா நான் எங்க போவேன்?"

"பட்டன் போனே போதும்... ஜீபே போன்பே யாவாரம் அதுலயே பண்ணிக்கலாம். இருந்தாலும் அக்கவுண்ட் பேலன்ஸ் பாக்க, பணத்த மத்தவங்களுக்கு டிரான்ஸ்ஃபர் பண்ண, இந்த மாதிரி ஹாஸ்பிடலுக்கு பே பண்ண ஆண்ட்ராய்ட் போன் இருந்தத்தான் முடியும். அதனால இந்த போன வாங்கி யூஸ் பண்ணுங்க. கொஞ்சம் கொஞ்சமா பணத்த திருப்பிக் கொடுங்க. நான் எங்க போயிடப் போறேன். வேணா ஒண்ணு பண்ணுவோமா... டீ குடிச்சும் தம் அடிச்சும் கடன கழிச்சுடுறோம், போதுமா..." நான் சொல்லவும், சிரித்துக் கொண்டே நல்ல ஐடியான்னு போனை வாங்கிய ஆனந்தி, அதைக் கணவர் கைகளுக்குள் திணித்தாள்.

☐ குமுதம், மே 01, 2024

சைவக் கொலை

ஒவ்வொரு முறை கொலை செய்யும் போதும், உடலை திடுக்கத்தில் நடுங்கச் செய்யும் அச்சத்திலிருந்து தப்பித்துக் கொள்வது எப்படி? அப்போது எழும் கொடும் உணர்வில் உறைந்து, அவஸ்தையுடன் குறுகுறுப்பது போல குறுக்கும் நெடுக்குமாக, கூடத்தில் நடந்து கொண்டிருந்தான் பார்த்தசாரதி.

"வேலைக்குk கௌம்புறதுக்கு முன்ன, தோப்பனார்ட்ட ஆசிர்வாதம் வாங்கிட்டுப் போடா பார்த்தா..." என அம்மா கட்டாயப்படுத்தியதால், ஐந்தாயிரம் ரூபாயை ஒரு கவரில் போட்டு அப்பாவிடம் சம்பிரதாயமாகக் கையளிப்பதற்காக வைத்திருந்தான். மற்றபடி, இதிலெல்லாம் அவனுக்குத் துளியும் நம்பிக்கை இல்லை.

வீட்டில் யாரும் இல்லை, அம்மாவும் தங்கையும் மார்க்கெட்டுக்குச் செல்வதாகச் சொல்லிவிட்டுச் சென்றிருந்தனர். நேரத்தைக் கடத்த தொலைக்காட்சியில் உலாவினான். அதில் சுவாரஸ்யங்கள் எதுவும் இல்லை.

ஆம்படையான்களெல்லாம் வேலைக்குக் கிளம்பிய பின், ஆத்துல உள்ள பொம்மனாட்டிகள் இளைப்பாற நெடுந்தொடர்கள் ஒருபக்கம் தொடங்கிவிட்டன. நியூஸ் சேனல்களில் பிரேக்கிங் செய்திகள் மறுபக்கம் உறுமத் தொடங்கியிருந்தன. இவை எதுவும் அவனைச் சாந்தப்படுத்தவில்லை.

நடந்து கொண்டே மொபைல் போனில் சோசியல் மீடியாவை ஸ்பரிசித்தான். இன்ஸ்டா ரீல்ஸில் கணவன்-மனைவி கூத்துகள் கல்யாண ஏக்கத்தைத் தூண்டின. 'இந்தக் கருமங்களை

வீடியோவா போடுவதற்கா திருமணம் செய்கிறார்கள்?' அவனுடைய மூளை விகல்பமாகச் சிந்தித்தது.

தோப்பனார் வருவதற்குத் தாமதமாகிக் கொண்டே போனது. வேலைக்குக் கிளம்ப வேண்டும். அவர் எப்ப வந்து ஆசிர்வாதம் வாங்குவது? பணத்தைக் கண்ணில் பார்க்காமல் டிஜிட்டலில் பரிமாற்றம் செய்தே வாழப் பழகிய பின், இதெல்லாம் தேவையா, அம்மா இப்படி படுத்தறாளே... ஆன்மிக வாழ்க்கையும் லௌகீக வாழ்க்கையும் எதிரெதிராக மோதியதால் உண்டான தர்க்கக் குழப்பம், வைதீகனாக வாழும் பார்த்தசாரதியின் மனதை அறுத்துக் கொண்டிருந்தது.

"அத்திம்பேர் செத்த வீட்டுக்கு வர்றேளா..." அடுத்த தெருவில் வசிக்கும் அக்காள் கணவரை போனில் அழைத்தான். "சொல்லு பார்த்தா... என்ன விஷயம்? இன்னும் வேலைக்குக் கெளம்பலியோ நீ... குரல் ஏன் ஒரு மாதிரியா இருக்கு, உடம்புக்கு என்னாச்சு...?"

"அதெல்லாம் ஒண்ணுமில்ல அத்திம்பேர். வேலைக்குக் கெளம்பணும், நேக்கு நேரமாயிண்டே போகுது... மொத மாச சம்பளத்த தோப்பனார் கைல கொடுக்கணும்னு அம்மா ஷொல்லிட்டா... அவரக் காணோம். அம்மாவும் பத்மாவும் மார்க்கெட் போயிருக்கா... நீங்க வர்றேளா? உங்க கைல கொடுத்திட்டு ஆஃபிஸ் கெளம்புறேன்..."

"ஆமாடா... உங்கம்மா நேத்து பெருமையா சொல்லிண்டிருந்தா. எத்தன தடவடா மொத மாச சம்பளம் வாங்குவே..." நமட்டுச் சிரிப்போடு நக்கலாக அவர் சொல்வதைக் கேட்டு அவனுக்கும் சிரிப்புத்தான் வந்தது. அதானே, ஒரே வேலையில் எத்தனை தடவை முதல் சம்பளம் வாங்குவது?

"உங்க தோப்பனார் இப்ப, மாம்பலம் போயிருக்கார்..."

"மாம்பலத்துக்கா? எதுக்குப் போயிருக்கா?" பார்த்தசாரதிக்கு ரயில்வேயில் வேலை கிடைத்த பின், புரோஹிதப் பணி செய்ய வேண்டாமென அப்பாவைச் சொல்லிவிட்டான். அவர் வீட்டில் ஓய்வெடுக்கட்டும் என்பது அவனுடைய ஆசை. 'அபிஷ்டு... நான் வாத்தியார்டா... இது வரும்படிக்குப் பண்றதில்ல,

புண்ணிய கைங்கர்யம்...' எனத் தட்டிக் கழித்துவிட்டு, அவர் போக்கிலேயே போனார். ரிட்டயர்ட் ஆன கேஸ்களை உருட்டலாம், மிரட்டலாம். போற இடம் வர்ற இடம் பத்தி கேள்வி கேட்கலாம். ஆனால், இன்னும் உழைத்துக் கொட்டும் அப்பாவிடம் போறவர இடம் பத்திலாம் கேள்வி கேட்க முடியுமான்னோ?

"நோக்கு விஷயம் தெரியாதா? மாம்பலத்துல நீங்க வாடகைக்கு இருந்தப்போ பக்கத்தாத்துல இருந்த பெரிசு ஒண்ணு, உங்க தோப்பனார்க்குப் பழக்கம்டா, அவரு மண்டைய போட்டுட்டார்..." அத்திம்பேருக்கு அவ்வப்போது சென்னை பாஷை வந்துவிடும். "வெயிட் பண்ணு வந்திடுறேன்..." சொல்லிவிட்டு போனை வைத்தார். அத்திம்பேர் வந்தால், அப்பா வரும் வரை அவருடன் பேசிக் கொண்டிருந்துவிட்டு, அப்பாவிடம் ஆசிபெற்று வேலைக்குக் கிளம்பலாம் எனப் பார்த்தசாரதி கணக்கு போட்டான்.

காலை பதினொன்றரை மணிக்கு ஷிஃப்ட். எப்போதும் வேலை நேரம் தொடங்குவதற்கு அரை மணி நேரம் முன்பாக ரயில் நிலையத்தில் வருகைப் பதிவை உறுதி செய்ய வேண்டும். தாம்பரம் ரயில் நிலையத்திலிருந்து 11.40 மணிக்குப் புறப்பட்டு, கடற்கரை நிறுத்தத்திற்குச் செல்லும் ரயிலை இயக்க வேண்டும்.

ஓரளவுக்கு டிராஃபிக் குறைஞ்சிடும். மயிலாப்பூரிலிருந்து பைக்குல போய், கிண்டி ரயில்வே ஸ்டேஷன்ல வண்டிய நிறுத்திட்டு, அங்கிருந்து ட்ரெயின்லயே தாம்பரம் போக மனதுக்குள் திட்டமிட்டுக் கொண்டான். அப்படி இப்படி கணக்கு பண்ணினாலும் ஒரு மணி நேரத்துல வேலைக்குப் போயிடலாம்.

மணியைப் பார்த்தான், ஒன்பது இருபது. துக்க வீட்டுக்குச் சென்றிருப்பதால், அப்பாவுக்கு போன் போட தயங்கினான். வந்து விடுவாரா? பணத்தை அவர் கையில் கொடுத்துவிட்டுக் கிளம்ப முடியுமா? இன்று வேலைக்கு விடுப்பு சொல்லி விடலாமா? பதற்றம் அதிகரிக்க அதிகரிக்க லேசாகத் தலைவலி எடுக்கத் தொடங்கியது. கண்களை மூடி நாற்காலியில் அமர்ந்து, காயத்ரி மந்திரத்தை ஜபித்துக் கொண்டே மூச்சை இழுத்துவிட்டான்.

தினமும் இரண்டு வேளை கோயிலுக்குச் செல்வது மட்டுமல்ல, அம்மாவுக்கு உணவும் இரு பொழுதுதான். ஒரே மகள் என்பதால், இறந்த தந்தைக்கு அம்மாவே தர்ப்பணம் கொடுப்பார். மாதப் பிறப்பு, அமாவாசை, மகாளய பட்சம்... அப்படி, இப்படி என ஒரு வருஷத்துக்கு 96 நாட்களுக்கு அம்மா தர்ப்பணம் செய்து விடுவார். நாள், கெழம பார்த்து விரதம், பூஜை, வழிபாடு என அம்மா எப்போதும் பக்தி நெறியிலேயே அமிழ்ந்திருப்பார்.

ஒவ்வொரு முறை அவன் பதவி உயர்வு பெறும் போதும், அதனைக் கொண்டாட அம்மா தவறுவதில்லை. நைவேத்தியம் படைத்து, அடுத்த கோரிக்கையைக் கடவுளிடம் வைத்துக் குடும்பத்துக்காக வேண்டிக் கொள்வார்.

துக்கமோ மகிழ்ச்சியோ சாஸ்திர சம்பிரதாயங்களை நியமமாக கடைப்பிடிப்பதில் அம்மா கறார் பேர்வழி. அதில் குளறுபடி ஏற்பட்டு, ஏடாகூடமாக ஏதாவது நிகழ்ந்தாலும், "பாத்தியா... அம்மா சொன்னேன்ல... நீ கேக்கல..."ன்னு பாடாய்ப் படுத்தி எடுத்திடுவார். எதுவும் அபசகுணமாக நடக்கவில்லை என்றாலும்கூட சங்கடம்தான். இந்தச் சடங்க செய்யல, அந்த வழிபாட பண்ணலன்னு பொலம்பி, பொலம்பியே நோகடிச்சிடுவாங்க. அவங்க புலம்பலைக் கேட்கவே சங்கடமாக இருப்பதால், அதுக்குப் பயந்தே, அவ சொல்றதையெல்லாம் பிடிக்குதோ, பிடிக்கலையோ பார்த்தசாரதி செய்துவிடுவான். பூஜை புனஸ்காரங்களுக்கு இடையில் வளர்ந்த மலர் அவன்.

ரயில் ஓட்டுநராக வேலை பார்த்து முதல் மாத சம்பளம் பெற்றதில் குடும்பத்தினருக்கு மகிழ்ச்சி. அக்கம்பக்கத்துலயும் சொந்த பந்தத்துலயும் அம்மா பெருமையா சொல்லிண்டு திரிஞ்சா. "ஏண்டியம்மா, நீங்க ட்ரெயின்ல போகணும்னா சொல்லுங்கோ... எம் பையன்தான் ட்ரெயின் ஓட்டுறான். நான் சொல்லிடுறேன்..." அம்மா சொல்வதைக் கேட்டுப் பக்கத்தாத்து மாமிகளெல்லாம் கிண்டல் செய்ததுதான் மிச்சம். "உன் பையன் என்ன ஃபிளைட்டா ஓட்டுறான், ட்ரெயின்தானே ஓட்டுறான். ரொம்பத்தான் பீத்திக்காதே..."

ஐடிஐ முடித்துவிட்டு ரயில்வே போர்ட் எக்ஸாம் எழுதி பாஸாகி, பயிற்சி முடித்து, சரக்கு ரயில், எக்ஸ்பிரஸ் ரயில்களில் அசிஸ்டென்ட் லோகோ பைலட்டாக வேலை பார்க்க வேண்டும்.

அடுத்து, பணிமனையில் நிறுத்தப்பட்டிருக்கும் ரயிலை தனியாளாக இயக்கி, ரயில் நிறுத்தத்திற்குக் கொண்டுவந்து விடவேண்டும். அதேபோல, பணிமனையில் இருந்து எஞ்சின்களை ஓட்டிவந்து பெட்டிகளோடு இணைப்பது, கழற்றப்பட்ட ரயில் பெட்டிகளைப் பணிமனைக்குக் கொண்டு செல்வது... இதெல்லாம் லோகோ பைலட்-டாவதற்கான ஒத்திகைப் பணிகள்.

இதில் நன்றாகத் தேறிய பின்னர்தான் லோகோ பைலட்டாக முடியும். குறைந்தது நான்கு ஆண்டுகளாகிவிடும் ரயில் ஓட்டுநராவதற்கு. பார்த்தசாரதி இரண்டு ஆண்டுக்குள்ளாகவே ரயில் ஓட்டுநராகிவிட்டான்.

ரயில்வேயில் பிரதான ஓட்டுநரை LOCO Pilot என்பார்கள். ஆனால் புறநகர்களில், பயணிகளுக்காக ஓடும் ரயில்களை ஓட்டுபவர்களை Motor Man அப்டின்னு சொல்றதுதான் வழக்கம். தெற்கு ரயில்வேயில் சென்னை, திருச்சி, மதுரை, சேலம், பாலக்காடு, திருவனந்தபுரம் டிவிஷன்களில் சென்னையில் மட்டும்தான் புறநகர் ரயில்கள் இயக்கப்படுகின்றன. இங்கு மோட்டார் மேன்களுக்கு தேவை இருந்துகொண்டே இருக்கும். பார்த்தசாரதி சென்னை டிவிஷனில் வேலை பார்த்ததால், ரெண்டே வருஷத்துல பைலட்டாகிட்டான்.

வேறு வழியில்லை, இப்போது புறப்பட்டால்தான் சரியாக இருக்கும். ஒரு கால் மணி நேரம் பார்க்கலாம். தோப்பனார் வரவில்லை என்றால் கிளம்பிவிடலாம் என யோசித்துக் கொண்டிருக்கும்போதே, அத்திம்பேர் வந்துவிட்டார். மாம்பலத்தில் இறந்தவர் யார் என விசாரித்ததில் அத்திம்பேர் சொன்ன ஆள் அவன் நினைவுக்கு வரவும், சாவு பற்றிய பயம் மீண்டும் அவனைத் தொல்லைப்படுத்தியது. டிவியில் குல்ஃபி சிக்கன் தயாரிப்பது எப்படி என்ற வீடியோவை லஜ்ஜையே இல்லாமல் அத்திம்பேர் ரசித்துப் பார்த்துக் கொண்டிருந்தார். இதை பார்த்தசாரதியால் சகிக்க முடியவில்லை.

"பங்கஜம்... ஜலம் எடுத்து வைக்கச் சொன்னேல்லியோ..." வாசலில் இருந்து கரடுமுரடாக அப்பாவின் சப்தம் கேட்டது. சாஸ்திர சம்பிரதாயங்களைச் செய்யவில்லை என்றால் அம்மா வருத்தப்படுவார். அப்பாவோ கோபப்படுவார். அவருக்குக்

கோபம் வந்தால், வார்த்தை தடிக்கும், சத்தம் நாராசமாக இருக்கும். அசாதாரண சூழலை உணர்ந்ததால் வாசலுக்கு ஓடினான் பார்த்தசாரதி. அம்மாவும் தங்கையும் பெருமாள சேவிச்சிட்டு வந்திண்டுருப்பா போல.

“வாங்கோண்ணா... ஏன் கத்றேள்? ஏண்டா பார்த்தா, ஒரு கொடம் தண்ணிய எடுத்து வாசல்ல வைடான்னு சொல்லிண்டுதானே போனேன்...” அப்பாவைச் சமாதானம் செய்யும் சாக்கில் அம்மா பார்த்தசாரதியை வைதாள்.

மோட்டார் வேலை செய்யாததால், ஒரு குடம் தண்ணீரை வாசலில் எடுத்துவைக்கச் சொன்னது என்னவோ உண்மைதான். எதுக்குவைக்கச் சொல்கிறார்னு காரணம் சொல்லாததால், அசட்டையாக எடுத்துவைக்க மறந்துண்டேன். தண்ணீர் எடுத்துவைப்பதா இப்ப நேக்கு பிரச்சினை? வேலைக்குப் புறப்படணும். நாழியாகிக் கொண்டிருந்தது. என்னோட அவசரம் இவாளுக்குப் புரியலையா? பார்த்தசாரதி தனக்குள்ளேயே பேசிக் கொண்டு, “அப்பா... உங்க சண்டைய அப்பறம் வச்சிக்கோங்க... இந்தாங்க இதைக் கைல பிடிங்க. என்னை ஆசிர்வாதம் பண்ணுங்கோ...” பணம் இருந்த கவரை அவரிடம் நீட்டினான்.

கோபம் உச்சத்திற்குப் போய் அக்னிப் பார்வையை அவர்களை நோக்கி வீசிய தோப்பனார், “கழிசடைகளா... எழவு வீட்டுக்குப் போய்ண்டு வந்தா, ஸ்நானம் பண்ணிண்டு ஆத்துக்குள்ள வரணும்னு தெரியாதோன்னோ...” குரலின் தொனிதான் உச்சஸ்தாயில் இருந்ததே தவிர நாகரிகமாகத்தான் பேசினார். இன்னும் கொஞ்சம் கோபம் அதிகமானால், கெட்ட வார்த்தைகள் வந்து விழுவதைத் தவிர்க்க முடியாது.

“சரிங்கோண்ணா... ஏன் கத்துறேள்? செத்த இருங்கோ ஜலம் எடுத்திட்டு வந்திடுறேன்...” சொல்லிக் கொண்டே அம்மா அடுக்களைய்யை நோக்கி ஓடினாள். அடுத்து என்ன கேவலமான கெட்ட வார்த்தைகள் வந்து விழப் போகிறதோ, காதை எப்போது பொத்த வேண்டுமோ என்ற சங்கோஜத்தில் தங்கை பத்மா நடுக்கத்தோடு நின்றாள். அத்திம்பேர் இதில் எதிலும் கவனம் செலுத்தாமல், டிவி ரிமோட்டை நோண்டிக் கொண்டிருந்தார்.

“இன்னும் எத்தனை நாளைக்குத்தான் இப்படியே இருப்பேளோ... இந்தாங்க இதைப் பிடிங்கோ...” அவர் வாங்காமல் ஓர் அடி பின்னால் நகர்ந்தார். அவனும் விடுவதாக இல்லை. அந்தக் கவரைச் சுருட்டி, அப்பாவின் சட்டைப் பையில் வம்படியாகத் திணித்தான்.

“ஒரு தடவ ஒரு அம்மா, அப்பா, பையன், பொண்ணுன்னு நாலு பேரு, இன்னொரு தடவ இளம் காதல் ஜோடி, ஒரு தடவ டிராக்க கிராஸ் பண்ணின ஒருத்தன், ரெண்டு தடவ ரெண்டு மாடுன்னு இதுவரைக்கும் ஏழு பேர ரயிலை ஏத்தி கொன்னிருக்கேன். கொன்னுட்டு, ட்ராக்குல கெடக்கிற பாடிய நானே தொட்டுத் தூக்கி ஓரமா வெச்சுண்டு பிறகுதான் ட்ரெயின ஓட்டணும். அதுவும் என்னோட டூட்டிதான். அப்படிச் செய்யலண்ணா, எனக்கு மெமோ கொடுத்திடுவா... இப்டி கொல்றதுக்கெல்லாம் சேத்துத்தான் இந்தச் சம்பளம். இந்த வரும்படிலதான் நம்ம ஆத்துல ஜீவனம் நடந்திண்டிருக்கு...”

பார்த்தசாரதி சொன்னதைக் கேட்டு அதிர்ச்சியில் உறைந்த அப்பாவைத் தள்ளிவிட்டு, பைக்கை எடுத்துக்கொண்டு கிளம்பினான், இன்று எந்த டிராக்கில் யாரோ என்ற அவஸ்தையோடு!

□ குமுதம், டிசம்பர் 11, 2024